കവിതയിലെ ബഹുവചനം

Bodhi Books
Nedumpana PO, Kannanalloor
Kollam - 691576, Kerala, India
E-mail: bodhibooks03@gmail.com
Tel: +91 9447304886

KAVITHAYILE BAHUVACHANAM
By Geethu Krishna
Essays / Malayalam

First Published: December, 2024

Typesetting: Bodhi Books
Cover Photo: Pradip Peroor
Cover & Book Design:
Chembarathi Creatives

ISBN: 978-81-19770-40-3

Price **Rs. 150**
Production No. B-B-192-1-100-12-24

Printed and bound in India by
Repro Mumbai

കവിതയിലെ ബഹുവചനം

രാജു വള്ളിക്കുന്നത്തിന്റെ കവിതകളെക്കുറിച്ചുള്ള പഠനം

ഗീതു കൃഷ്ണ

ബോധി ബുക്സ്
കൊല്ലം - 691 576

ഗീതു കൃഷ്ണ

കോട്ടയം ജില്ലയിൽ മുണ്ടക്കയത്തിനടുത്ത് പുഞ്ചവയൽ രണ്ടുപ്പാക്കൽ വീട്ടിൽ പരേതരായ എൻ. കൃഷ്ണപിള്ളയുടെയും പി. ആർ. പൊന്നമ്മയുടെയും മകൾ. മുരിക്കും വയൽ ഗവൺമെന്റ് ഹയർ സെക്കൻഡറി സ്കൂളിൽ നിന്നും പത്താം ക്ലാസ്സ് പാസ്സായി. കേരള, മഹാത്മാഗാന്ധി യൂണിവേഴ്സിറ്റികളിൽ നിന്നും ബിരുദവും മലയാളത്തിലും ചരിത്രത്തിലും എം.എയും. ബി.എഡും കരസ്ഥമാക്കി. കോളേജ് പഠന കാലംതൊട്ടേ വിവിധ ആനുകാലികങ്ങളിൽ കഥകളും കവിതകളും എഴുതി. ഗീതാകൃഷ്ണ എന്ന പേരിൽ കഥകളും കവിതകളും ഗീതാലക്ഷ്മി എന്ന പേരിൽ ലേഖനങ്ങളും പ്രസിദ്ധീകരിച്ചിട്ടുണ്ട്. കൂടാതെ ആകാശവാണിയിൽ കഥകൾ അവതരിപ്പിച്ചിട്ടുണ്ട്. തിരുവിതാംകൂർ ദേവസ്വം ബോർഡിൽ പത്ത് വർഷക്കാലം ഉദ്യോഗസ്ഥയായിരുന്നു. ഇപ്പോൾ അദ്ധ്യാപികയായി ജോലി ചെയ്യുന്നു. 'ഏകാകിനിയുടെ സ്വപ്നങ്ങൾ' എന്ന കഥാസമാഹാരത്തിന് 2024-ലെ പൊൻകുന്നം വർക്കി അവാർഡ് ലഭിച്ചിട്ടുണ്ട്.

ഭർത്താവ്: പി. രാജേന്ദ്രകുമാർ. മകൾ: അരുന്ധതി ദേവി. (കണ്ണൂർ NIFT ഒന്നാം വർഷം വിദ്യാർത്ഥിനി). വിലാസം. ഗീതു കൃഷ്ണ. ശ്രീരാഗം. അഴിക്കോട്, മരുതിനകം. നെടുമങ്ങാട്. തിരുവനന്തപുരം

E-mail: geethaKrishna100@gmail.com

പ്രസാധകക്കുറിപ്പ്

മലയാളഭാഷയിൽ ഏറെ വ്യതിരിക്തതയോടെ അടയാളപ്പെടുത്തപ്പെട്ടവയാണ് രാജു വള്ളിക്കുന്നത്തിന്റെ കവിതകൾ. മലയാള കവിതയുടെ പ്രസന്ന കാലമായിരുന്ന 90 കളിൽ നമ്മുടെ ആനുകാലങ്ങളിൽ അദ്ദേഹത്തിന്റെ കവിതകൾ നിറഞ്ഞു നിന്നിരുന്നു. കാവ്യലോകത്ത് സ്വന്തമായൊരിടം കണ്ടെത്തിയ ആ കവിതകളെക്കുറിച്ചുള്ള പഠനമാണ് കവിതയിലെ ബഹുവചനം എന്ന ഈ പുസ്തകം. അർഹിക്കുന്ന ഉൾക്കാഴ്ചയോടെ അദ്ദേഹത്തിന്റെ കവിതകളുടെ ശക്തിസൗന്ദര്യങ്ങളെ എടുത്തു കാട്ടാൻ ഗ്രന്ഥകർത്രിക്കു കഴിഞ്ഞിട്ടുണ്ട്. പുസ്തകം ഏറെ ആദരവോടെ കൈരളിക്കു സമർപ്പിക്കുന്നു.

ബഹുസ്വരമാകുന്ന കാവ്യ നിരൂപണം

കെ. സജീവ് കുമാർ

ഒരു നിരൂപകൻ തീർച്ചയായും സമകാലികനായിരിക്കണം. തന്റെ എഴുത്തു ജീവിതത്തിനൊപ്പം സംഭവിക്കുന്ന കാലത്തിന്റെ മാറ്റങ്ങളെ അയാൾക്ക് തിരിച്ചറിയാൻ കഴിയണം. അയാൾ ഒരു അക്കാദമിഷ്യൻ ആയിരിക്കുന്നത് തെറ്റല്ല. നല്ലതു തന്നെ.എന്നാൽ തന്റെ കാലഘട്ടത്തിൽ സംഭവിക്കുന്ന മാറ്റങ്ങൾ ഉൾക്കൊള്ളാൻ കഴിയാതെ മറ്റേതോ കാലഘട്ടത്തിലെ സാഹിത്യ സൃഷ്ടികൾ എടുത്ത് അതിനെ പുനർവിചാരണ ചെയ്യുന്നതിൽ വലിയ കാര്യമില്ല. ആട്ടക്കഥകളിലെ നവീനത എന്നോ ശ്രീ യേശുവിജയം മഹാകാവ്യത്തിലെ ഭാഷാവിപ്ലവം എന്നോ ചമ്പുക്കളിലെ ഉത്തരാധുനിക പ്രവണതകൾ എന്നോ ഒക്കെ പഠനങ്ങൾ തയ്യാറാക്കാൻ ആർക്കും കഴിയും. പക്ഷേ, അതല്ല സാഹിത്യ നിരൂപണം. സമകാലസാഹിത്യ അഭിരുചികളും മാറ്റങ്ങളും തിരിച്ചറിയാൻ കൂടി അയാൾക്ക് കഴിയണം.

നിർഭാഗ്യവശാൽ ഇന്ന് മലയാള സാഹിത്യ നിരൂപണത്തിൽ അതില്ല എന്നതാണ് സത്യം. കാവ്യനിരൂപണത്തിൽ ഒട്ടുമില്ല. ഇവിടെയാണ് ഗീതു കൃഷ്ണന്റെ 'കവിതയിലെ ബഹുവചനം' എന്ന നിരൂപണ ഗ്രന്ഥത്തിന്റെ പ്രസക്തി.രാജു വള്ളിക്കുന്നത്തിന്റെ കവിതകളെക്കുറിച്ചുള്ള സമഗ്രമായ പഠനമാണ് ഈ പുസ്തകം. ഒരു കവിയുടെ കവിതകളെ വിലയിരുത്തിക്കൊണ്ടുള്ള ഒറ്റപ്പെട്ട ലേഖനങ്ങൾ ധാരാളമിറങ്ങുന്നുണ്ട്. എന്നാൽ ഒരു കവിയുടെ കവിതകളെ പൂർണ്ണമായി പഠിച്ചുകൊണ്ടുള്ള പുസ്തകങ്ങൾ ഇന്ന് അപൂർവമാണ്. ഇല്ലെന്നു തന്നെ പറയാം.

മുണ്ടശ്ശേരിയുടേയും മാരാരുടേയുമൊക്കെ കാലത്ത് സാഹി

ത്യത്തെ പ്രത്യേകിച്ച് കവിതയെ സീരിയസ്സായിട്ട് പഠിക്കുന്ന ആളുകൾ ഒരുപാടുണ്ടായിരുന്നു.എം.എൻ.വിജയന്റെ വൈലോപ്പിള്ളിക്കവിതകളുടെ പഠനങ്ങൾ, മുണ്ടശ്ശേരിയുടെ കവിത്രയ പഠനങ്ങൾ തുടങ്ങിയവ ഉദാഹരണം. അത് പൊതുമണ്ഡലം ഏറ്റെടുത്ത് ചർച്ച നടത്തുകയായിരുന്നു. ആധുനികതയുടെ കാലത്ത് ഡോ.കെ.എസ്.നാരായണപിള്ളയെപ്പോലെയൊക്കെയുള്ളവർ അയ്യപ്പപ്പണിക്കരുടെ കവിതകളുടെ പഠനം നടത്തിയിരുന്നു. അങ്ങനെയൊക്കെയുള്ള ഗൗരവപ്പെട്ട പഠനങ്ങൾ ഉണ്ടായിരുന്നു.അതു കഴിഞ്ഞ് സാഹിത്യ പഠനം പൊതുവേ മങ്ങിത്തുടങ്ങി. അതിന്റെ സമ്പ്രദായങ്ങൾ മാറുകയും നമ്മൾ സാഹിത്യം സംസാരിക്കുന്നതിനു പകരം മറ്റു വിഷയങ്ങൾ സംസാരിക്കുന്ന തലത്തിലേയ്ക്ക് കാര്യങ്ങൾ മാറിക്കഴിയുകയും ചെയ്തു.എം.എൻ.വിജയൻ വൈലോപ്പിള്ളിയെ പഠിക്കുന്നത് കവിതയിൽ നിന്നു കൊണ്ടു തന്നെയാണ്. അദ്ദേഹം മന:ശാസ്ത്ര വിശകലനങ്ങളൊക്കെ നടത്തുന്നത് കവിതയിൽ നിന്നു കൊണ്ട് മാത്രമാണ്.

കെ.പി.അപ്പനും നരേന്ദ്രപ്രസാദും ഡോ.വി.രാജകൃഷ്ണനും ആഷാമേനോനുമൊക്കെ ആധുനികതയുടെ കാലത്തെ ഏറ്റവും വലിയ സമകാലികരായിരുന്നു. കെ.പി.അപ്പൻ വലിയ സമകാലികനായിരുന്നെങ്കിലും തന്റെ കാലത്ത് എഴുതപ്പെട്ട കവിതകളുടെ നിരൂപണത്തിന് അദ്ദേഹം തയ്യാറായില്ല. നോവലുകളും ചെറുകഥകളുമായിരുന്നല്ലോ അദ്ദേഹത്തിന്റെ മേച്ചിൽപ്പുറങ്ങൾ. ഇടപ്പള്ളിയെക്കുറിച്ചും അയ്യപ്പപ്പണിക്കരുടെ മരണശേഷം അദ്ദേഹത്തിന്റെ കവിതകളെക്കുറിച്ചും ഓരോ ലേഖനമെഴുതി എന്നു മാത്രം.

ഗീതു കൃഷ്ണന്റെ പുസ്തകത്തിന്റെ പേരു തന്നെ മിഖായേൽ ബക്തിന്റെ ബഹുസ്വരത (പോളിഫോണി) എന്ന കൺസെപ്റ്റിൽ നിന്നുള്ളതാണ്.രാജു വള്ളിക്കുന്നത്തിന്റെ കവിതകളിലെ ബഹുസ്വര സമീപനങ്ങളെയാണ് ഗീതു കൃഷ്ണൻ അന്വേഷണ വിധേയമാക്കുന്നത്. സൗന്ദര്യശാസ്ത്രപരമായും ഘടനാപരമായുമുള്ള സവിശേഷതകൾ അന്വേഷിക്കുന്ന ഈ രീതി അക്കാദമികവുമാണ്.കവിതകളുടെ സൗന്ദര്യതലങ്ങൾ കണ്ടെത്തുന്നതിൽ പലപ്പോഴും അക്കാദമിക് സമീപന രീതികൾ പരാജയപ്പെടുന്നു എന്നതാണ് അതിന്റെയൊരു പരിമിതി.എന്നാൽ ഇവിടെ അങ്ങനെ സംഭവിക്കുന്നില്ല.കവിതയുടെ വിവിധ അർത്ഥതലങ്ങളും അനുഭൂതിലയങ്ങളും അനുസരിച്ച് വിവിധ കവിതകളെ സമീകരിച്ചു പഠിക്കുകയാണിവിടെ.അത് ആമുഖത്തിൽ എഴുത്തുകാരി തന്നെ സൂചി

പ്പിച്ചിട്ടുമുണ്ട്.

രാജു വള്ളിക്കുന്നത്തിന്റെ കവിതകളുടെ അതിസൂക്ഷ്മ തലങ്ങളിലൂടെ കടന്നുപോകുന്ന വിശകലനമാണിത്. അക്കാദമികവും അക്കാദമികേതരവുമായ വായന ഇവിടെ സാധ്യമാകുന്നുണ്ട്.തിയററ്റിക്കൽ വായനയുമുണ്ട്. ഉത്തരാധുനികതയും ഡീകൺസ്ട്രക്ഷനും പാരഡിയും പാസ്റ്റിഷും നവചരിത്ര വാദവും അധിനിവേശ നിരാകരണവുമെല്ലാം തിയററ്റിക്കലായി പഠനങ്ങളിൽ കടന്നുവരുന്നുണ്ട്. എന്നാൽ പൂർണ്ണാർത്ഥത്തിൽ ഇതൊരു തിയററ്റിക്കൽ സ്റ്റഡിയല്ല.

കവിതയിലെ ഉത്തരാധുനികോത്തര പ്രവണതകൾ വിശകലനം ചെയ്യുന്ന ഒരു പഠനവുമുണ്ട്.

തൊണ്ണൂറുകളിൽ പുതു മലയാള കവിതയിൽ സംഭവിച്ച മാറ്റം പ്രധാനമായും ഭാഷാപരമാണെന്നു പറയാം. ആധുനികത ഇളക്കമില്ലാതെ സൃഷ്ടിച്ചുവച്ച സാഹിത്യ ഭാഷയിൽ നിന്നുള്ള വിച്ഛേദമായിരുന്നു അത്. വേണമെങ്കിൽ നമുക്കതിനെ ഭാഷാശാസ്ത്രപരമായ വിച്ഛേദം (Linguistic break) എന്നു പറയാം. പലപ്പോഴും സവിശേഷമായ ഒരു എലൈറ്റ് ഗദ്യമാണ് ആധുനിക കവികൾ ഉപയോഗിച്ചിരുന്നത്. ഭാഷയെ ബിംബവത്കരിച്ച് അതിസൗന്ദര്യം കൊണ്ട് അലങ്കരിക്കപ്പെട്ട ഒരു ഭാഷാരൂപമായിരുന്നു അത്. അതിനെ തകർത്തു കൊണ്ടു മാത്രമേ പുതു കവിതയ്ക്ക് അതിന്റെ അസ്തിത്വം സ്ഥാപിച്ചെടുക്കാൻ കഴിയുമായിരുന്നുള്ളൂ. അതിനുള്ള ശ്രമമാണ് വാസ്തവത്തിൽ തൊണ്ണൂറുകളിൽ പുതു കവിതയിൽ ഉണ്ടായത്. ദൈനംദിന ഭാഷയുടെ ക്രമം തന്നെയാണ് അതായത്, അതിന്റെ വൈകാരിക കൃത്യം കൊണ്ടു തന്നെയാണ് അത് ഒരു കാവ്യ ഭാഷയായി മാറുന്നത്.

തൊണ്ണൂറുകളിൽ പുതു കവിതയിൽ സംഭവിച്ച ഭാഷാശാസ്ത്രപരമായ ഈ വിച്ഛേദത്തിൽ രാജുവള്ളിക്കുന്നത്തിന്റെ കവിതകൾക്ക് വലിയ പ്രാധാന്യമാണുള്ളത്.രാജു വള്ളിക്കുന്നത്തിന്റെ പുന:പരിശോധന എന്ന കവിതയെ ഭാഷയുടെ പ്രകരണ സവിശേഷതയുടെ അടിസ്ഥാനത്തിൽ വിലയിരുത്തുന്ന ഒരു പഠനമാണ്

'ഭാഷാ കവിത ' എന്ന ലേഖനം. ഭാഷയാണ് യാഥാർത്ഥ്യമെന്ന

ഡി സൊഷൂറിയൻ ചിന്തയുടേയും കവിത ഒരു ഭാഷാനിർമ്മിതിയാണെന്ന യാക്കോബ്സന്റെയും വാദഗതികളുടെ പിൻബലത്തിൽ എഴുതപ്പെട്ട മികച്ച ഒരു പഠനമാണിത്. ചെറിയ കവിതകളുടെ സൗന്ദര്യ ശാസ്ത്രം, കവിതയിലെ എക്കോ പൊളിറ്റിക്കൽ

വിഷൻ, കവിതയിലെ ദേശം, ഞാൻ/അവൾ ദ്വന്ദ്വം, കാവ്യഭാഷ, ബഹുസ്വരത തുടങ്ങി കവിതയുമായി ബന്ധപ്പെട്ട ഒട്ടുമിക്ക വിഷയങ്ങളും ഇവിടെ ചർച്ചചെയ്യപ്പെടുന്നുണ്ട്.

പ്രധാനമായും രണ്ടുതരത്തിലുള്ള പ്രാധാന്യമാണ് ഈ പുസ്തകത്തിന് ഞാൻ കാണുന്നത്. ഒന്ന് ചരിത്രപരമാണ്.പുതുകവിതയുടെ ചരിത്രം, രാഷ്ട്രീയം, ഭാവുകത്വ വ്യതിയാനം, ഭാഷ, സമകാലധാരകൾ എന്നിവയെ വികലമായിട്ടോ തെറ്റായ രീതിയിലോ വിലയിരുത്തിക്കൊണ്ടുള്ള പഠനങ്ങളാണ് ഇവിടെ ധാരാളമായി ഉണ്ടായിട്ടുള്ളത്. അത് പുതു മലയാള കവിതയുടെ വ്യാജചരിത്ര നിർമ്മിതികളാണ്. ആധുനികവും പൂർവ്വാധുനികവുമായ കാവ്യപാരമ്പര്യങ്ങളെ അനുസരണയോടെ പിന്തുടർന്ന ഏതാനും കവികളാണ് ഇവിടെ ഉത്തരാധുനിക കവികളായി വാഴ്ത്തപ്പെട്ടത്. അതിലൂടെ നിരന്തര കാവ്യപരീക്ഷണങ്ങളുമായി മുന്നോട്ടു പോയ കവികൾ അവഗണിക്കപ്പെടുകയോ മുഖ്യധാരാ ചർച്ചകളിൽ ഉൾപ്പെടാതെ പോവുകയോ ഉണ്ടായി.അങ്ങനെയൊരു ദുര്യോഗം രാജു വള്ളിക്കുന്നത്തിന്റെ കവിതകൾക്കും നേരിടേണ്ടി വന്നിട്ടുണ്ട്. എന്നാൽ ഇത്തരത്തിൽ ഒരു പഠന ഗ്രന്ഥം പുറത്തു വരുന്നതോടെ അതൊരു വീണ്ടെടുപ്പായി മാറുകയാണ്.

രണ്ട്: ഒരു കവിയുടെ കവിതകൾ മുഴുവൻ സമഗ്രമായി പഠനവിധേയമാക്കി കൊണ്ടുള്ള, അതും ആധുനികതയ്ക്കു ശേഷം വന്ന പുതുഭാവുകത്വം ഉൾക്കൊള്ളുന്ന ഒരു കവിയുടെ കവിതകളെക്കുറിച്ചു മാത്രമുള്ള ഒരു പഠനത്തിന് ഇന്ന് പ്രത്യേക പ്രധാന്യമുണ്ട്.ഗൗരവതരമായ കാവ്യ നിരൂപണം തന്നെ ഏറെക്കുറെ ഇല്ലാതായി കഴിഞ്ഞ ഒരു ഘട്ടത്തിൽ അതും ഒരർത്ഥത്തിൽ ഒരു വീണ്ടെടുപ്പ് തന്നെയാണ്. വളരെ ശ്രദ്ധയോടെ സമീപിക്കേണ്ട ഒരു പുസ്തകമാണിത്.

മുഖവുര

ഒരു കവിയുടെ കവിതകളെ സമഗ്രമായി വിലയിരുത്തുന്നതിന് പല രീതികളും അവലംബിച്ച് വരുന്നു. കവിതകളുടെ കാലഗണന, കവിതകളുടെ ഘടന, കാവ്യഭാഷ, കവിതയുടെ രാഷ്ട്രീയം, കവിയുടെ പ്രതിഭാ ഘടന, കവിയും കവിതയും എന്നിങ്ങനെ വിപുലമായ ഒരു പഠന മേഖലയാണത്. ഇതിനിടയിൽ കവിതകളെ ഗവേഷണത്തിന് വിധേയമാക്കുമ്പോൾ സൈദ്ധാന്തിക വിശകലനങ്ങളും കടന്നുവരും. പക്ഷേ, ഈ ഗ്രന്ഥത്തിൽ ഞാൻ അവലംബിക്കുന്ന രീതി തുലോം വ്യത്യസ്തമാണ്. അതായത് രാജു വള്ളിക്കുന്നത്തിന്റെ കവിതകളുടെ സൗന്ദര്യശാസ്ത്രപരവും ഘടനാപരവുമായ തലങ്ങൾ സൈദ്ധാന്തികതയുടെ വലിയ ഭാരമില്ലാതെ വിലയിരുത്തുവാനുള്ള ശ്രമം. കവിതയുടെ വിവിധ അർത്ഥതലങ്ങളും അനുഭൂതിലയങ്ങളും അനുസരിച്ച് വിവിധ കവിതകളെ സമീകരിച്ച് പഠിക്കുന്ന ഒരു രീതിയാണത്. മലയാളത്തിൽ അത്ര പ്രബലമല്ലെങ്കിലും ലോകത്ത് മറ്റ് ഭാഷകളിൽ ഇത് സാർവ്വത്രികമാണ്. ഈ സമീപനം നേരിടുന്ന ഒരു വിഷമതയെന്തെന്നാൽ ഒരു കവിതയുടെ തന്നെ ഭിന്ന ഭാവങ്ങളും സ്വരൂപങ്ങളും ചിലപ്പോൾ വിവിധ അധ്യായങ്ങളിൽ പരാമർശിക്കപ്പെടുകയും പരിശോധിക്കപ്പെടുകയും ചെയ്യുന്നുവെന്നതാണ്. എന്നാൽ നിരൂപണ പദ്ധതിയിൽ ഇതത്ര ആശങ്കാജനകമല്ല, കാരണം. വിശകലനങ്ങളിൽ മിക്കപ്പോഴും ഇത് ആവശ്യമായി വരുന്നുണ്ട്.

ഈ പഠനത്തിന്റെ മറ്റൊരു പ്രത്യേകത ഇത് ഏതെങ്കിലും സിദ്ധാന്തങ്ങളുടെ വെളിച്ചത്തിലുള്ള പരിശോധനയല്ലെന്നതാണ്. എന്നാൽ ഉത്തരാധുനികത, അപനിർമാണം, അധിനിവേശ നിരാകരണം, നവചരിത്രവാദം, ഉത്തരാധുനികോത്തരത, ഭാഷാ പ്രകരണങ്ങൾ കൂടാതെ മറ്റ് ചില സിദ്ധാന്തങ്ങൾ എന്നിവ ചില കവിതകളുടെ വിശകലനത്തിന് മിതമായ തോതിൽ ഉപയോഗിച്ചിട്ടുണ്ട്. സൈദ്ധാന്തിക സൂചനകൾക്കായി അവലംബിച്ചിരിക്കുന്നത് അയ്യ

പ്പപ്പണിക്കർ, സച്ചിദാനന്ദൻ, ഇ. വി. രാമകൃഷ്ണൻ, വി. സി. ശ്രീജൻ, രാജു വള്ളിക്കുന്നം, ആർ. വിശ്വനാഥൻ തുടങ്ങിയവരുടെ ഈ ദിശയിലുള്ള ലേഖനങ്ങളും പഠന ഗ്രന്ഥങ്ങളുമാണ്. അതായത് ഇക്കാര്യത്തിൽ secondary sourcesകളാണ് അവലംബമെന്ന് സാരം. ഇതൊരു ഗവേഷണ പ്രബന്ധമല്ലാത്തതിനാൽ ഇതിന് സാധൂകരണമുണ്ടെന്ന് കരുതുന്നു.

മലയാള കവിതയിൽ ഒട്ടേറെ കവികൾ പ്രബലരായുള്ളപ്പോൾ രാജുവള്ളിക്കുന്നത്തിന്റെ കവിതകൾ പ്രത്യേകമായി പഠിക്കാനുണ്ടായ സാഹചര്യം വളരെ യാദൃശ്ചികമായി വന്നുചേർന്നതാണ്. മഹാത്മാഗാന്ധി സർവകലാശാലയിൽ ഞാൻ കുറെ നാൾ ജോലി ചെയ്തിരുന്നു. അന്നാണ് ഗവേഷണത്തെക്കുറിച്ചുള്ള ചിന്ത ഉണ്ടാകുന്നത്. മികച്ച ഗവേഷകൻ (ഇംഗ്ലീഷ് സാഹിത്യം) കൂടിയായി അറിയപ്പെട്ടിരുന്ന കവിയെ നേരിൽ കണ്ട് സംശയ നിവൃത്തിവരുത്തി. അത്ര സുഗമമല്ല ഗവേഷണത്തിന്റെ പാതയെന്നൊരു മുന്നറിയിപ്പും കവി നൽകി, എങ്കിലും ഇഷ്ടവിഷയം / മേഖല സ്വയം കണ്ടെത്തണമെന്നും നിർദ്ദേശിച്ചു. കഥയുടേയും കവിതയുടേയും വഴിയല്ലെന്നും ഓർമിപ്പിച്ചു. തുടർന്ന് കുമളിയിലും കുട്ടിക്കാനത്തുമൊക്കെ ലൈബ്രറി കൗൺസിൽ നടത്തിയ സാഹിത്യ ക്യാമ്പുകളിൽ കവിതയെക്കുറിച്ച് കവി നടത്തിയ ചില ക്ലാസുകൾ കേൾക്കാനിടവന്നു. കവിതയുടെ ഘടനയും കവിതയുടെ രാഷ്ട്രീയവും നിർണയിക്കുന്നത് കാവ്യഭാഷയാണെന്നുള്ള വാദഗതികൾ എനിക്ക് പുതിയ അറിവായിരുന്നു. കാവ്യഭാഷയെക്കുറിച്ചുള്ള കവിയുടെ ഒരു പ്രഭാഷണത്തിൽ (പാലായിലാണെന്നാണോർമ) വൈലോപ്പിള്ളിയും ഇടശ്ശേരിയും സച്ചിദാനന്ദനും കെ.ജി. ശങ്കരപ്പിള്ളയും പാബ്ലോ നെരൂദയും, ലോർകയും പുഷ്കിനും മയ് കോവ്സ്കിയും തുടങ്ങി ഒട്ടേറെ ഇംഗ്ലീഷ് കവികളേയും ഉദ്ധരിച്ച് കേട്ടപ്പോൾ അത് തന്നെയാകാം ഗവേഷണ വിഷയമെന്ന് ഞാൻ ഉറപ്പിച്ചു. കവിയുൾപ്പടെ കുറെ വിജിഗീഷുക്കളുമായി ചർച്ച നടത്തിയും യൂണിവേസിറ്റി ലൈബ്രറിയിൽ കുറെ വായിച്ചും നോട്ട് കുറിച്ചും ഒരു തീരുമാനത്തിലെത്തുമ്പോഴേക്ക് എനിക്ക് തിരുവനന്തപുരത്ത് ദേവസ്വം ബോർഡ് ഓഫീസിൽ ജോലി സ്വീകരിക്കേണ്ടി വന്നു. തുടർന്ന് കേരള സർവകലാശാലയിൽ ഒരു ഗൈഡിനെ കണ്ടെത്താനായി ശ്രമം. പി.എച്ച്.ഡി. രജിസ്ട്രേഷന് കുറച്ച് കടമ്പകൾ കടക്കാനുമുണ്ടായിരുന്നു. പാർട്ട് ടൈം ഗവേഷണത്തിന് ഗൈഡ് സ്വീകരിച്ചാലും യൂണിവേസിറ്റിയിൽ നിന്ന് ഉത്തരവ് സമ്പാദിക്കുക എളുപ്പമാ

യിരുന്നില്ല. എന്നാൽ എന്നെ ഗവേഷണത്തിന് എടുക്കാമെന്ന് ഭാഗികമായി സമ്മതിച്ച ഗൈഡ് ഒരു നിർദ്ദേശം വച്ചു: സച്ചിദാനന്ദൻ, കെ.ജി. ശങ്കരപ്പിള്ള, രാജു വള്ളിക്കുന്നം എന്നിവരുടെ കവിതകൾ വായിച്ച് കവിതയുടെ രാഷ്ട്രീയം രൂപപ്പെടുന്ന തലത്തേക്കുറിച്ചുള്ള കുറിപ്പുകൾ ആറു മാസം കൊണ്ട് തയ്യാറാക്കുക. ഇതിൽ പരിഗണിക്കേണ്ടി വരുന്ന സൈദ്ധാന്തിക പരാമർശങ്ങൾക്കായി നേരത്തെ സൂചിപ്പിച്ച എഴുത്തുകാരുടെ പഠനങ്ങളും കിട്ടാവുന്നിടത്തോളം വായിച്ച് എഴുതി വെയ്ക്കണമെന്നും നിർദ്ദേശിക്കപ്പെട്ടു. ഒന്നര വർഷമായിട്ടും യൂണിവേസിറ്റിയിൽ നിന്ന് ഉത്തരവ് നേടാനായില്ല, ഇതിനിടയിൽ എനിക്ക് ആറൻമുള ക്ഷേത്രത്തിലേക്ക് സ്ഥലംമാറ്റവുമായി. വീണ്ടും തിരികെ തിരുവനന്തപുരത്ത് എത്തിയപ്പോൾ എന്നെ പരിഗണിക്കാമെന്നേറ്റ ഗൈഡ് വിരമിക്കുകയും തുടർന്ന് അന്തരിക്കുകയും ചെയ്തു. ഗവേഷണം അതോടെ നിലച്ചു, ഗവേഷണ നിയമങ്ങളും മാറി.

വാടക വീടുകൾ മാറുന്നതിനിടെ, സ്വന്തമായൊരു വീട് കുറച്ച് നാൾ മുൻപ് കണ്ടെത്തിയപ്പോൾ പഴയ നോട്ട്ബുക്കുകളും പുസ്തകങ്ങളുമെല്ലാം അടുക്കി വെയ്ക്കുന്നതിനിടയിൽ, പെട്ടെന്ന് ഇതൊരു പുസ്തകമാക്കി പരിവർത്തിപ്പിച്ചാലോ എന്നൊരാലോചന വന്നു. മൂന്ന് കവികളെക്കുറിച്ചുള്ള കുറിപ്പുകളിൽ രാജു വള്ളിക്കുന്നത്തിന്റെ കവിതകളുടെ പഠനം ആദ്യമാകാമെന്ന് കരുതി. ഒരു കഥാ സമാഹാരം പ്രസിദ്ധീകരിച്ചതും അത് മിക്കവാറും വിറ്റുപോവുകയും ചെയ്തപ്പോൾ എനിക്കു ആത്മവിശ്വാസം കൂടി. ചില ഓൺലൈൻ സാഹിത്യ ചർച്ചാ ഗ്രൂപ്പുകളിൽ ഞാൻ ഒട്ടേറെ കുറിപ്പുകളും ചെറു നിരൂപണങ്ങളും എഴുതിയിരുന്നു. വായനക്കാരിൽ പലരും ഇതിൽ താൽപര്യവും പ്രകടിപ്പിച്ചിരുന്നു. ഞാനെഴുതിയ ചില ചെറു ലേഖനങ്ങൾ രണ്ട് മൂന്ന് എഴുത്തുകാർ തങ്ങളുടെ പുസ്തകങ്ങളിൽ പഠനമായും അവതാരികയും മറ്റുമായി ചേർത്തത് എന്റെ ആത്മവിശ്വാസം വർധിപ്പിച്ചു. ഇതിനിടയിൽ രാജു വള്ളിക്കുന്നത്തിന്റെ കവിതകളിലെ ദേശവും കാലവും എന്ന വിഷയത്തിൽ മഹാത്മാഗാന്ധി സർവകലാശാലയിൽ അനന്തമൂർത്തി ലിറ്റർറി സർക്കിൾ (Ananthamurthy Literary Circle) നടത്തിയ സെമിനാറിൽ ഒരു പ്രബന്ധം അവതരിപ്പിക്കുവാൻ അവസരം ലഭിച്ചു. 'കവിതയിലെ ബഹുവചനം' എന്ന പ്രസ്തുത പഠനം മലയാളം വാരികയിൽ പ്രസിദ്ധീകരിക്കാനുമിടയായി. അതുപോലെ ഇദ്ദേഹത്തിന്റെ 'നീലസാരിയുടുത്തവൾ' എന്ന സർവകലാശാ

ലാ കാമ്പസ് പശ്ചാത്തലമായി വരുന്ന കവിതയെ ഉത്തരാധുനിക കവിതാ ദിശയിലുള്ളതെന്നു വിലയിരുത്തിക്കൊണ്ടുള്ള ഒരു പഠനവും പ്രസിദ്ധീകരിക്കുവാനായി.

രാജു വള്ളിക്കുന്നത്തിന്റെ കവിതകളുടെ പഠനം മാത്രമാണ് ഈ പുസ്തകത്തിൽ ഉൾപ്പെടുത്തിയിരിക്കുന്നത്. ഓരോ കവിതയും വ്യത്യസ്തമായിരിക്കുന്ന ഈ കവിയുടെ കവിതകളുടെ പഠനം അനായാസമല്ല, എങ്കിലും ഞാൻ നടത്തിയ ശ്രമത്തിന്റെ ഫലമാണ് ഈ പുസ്തകം. പിന്നെ, മലയാളത്തിൽ കവിതാ നിരൂപണങ്ങൾ ഇപ്പോൾ വിരളമാണ്, പ്രത്യേകിച്ച് ഒരു കവിയെക്കുറിച്ച് മാത്രമുള്ളത് തീർത്തും അപൂർവ്വമാണ്. അടുത്തിടെ ഒരു കവിയേയും കവിതയേയും കുറിച്ചിറക്കിയ പഠനം കൂടുതലും ജീവിതചരിത്രമാകുന്നതും കാണുവാനിടയായി. അപ്പോൾ ഒരു കവിയുടെ കവിതകളെക്കുറിച്ച് മാത്രമുള്ള ഒരാളുടെ പഠനത്തിന് കൂടുതൽ പ്രസക്തിയും സവിശേഷതയുമുണ്ടാകുമെന്ന് ഞാൻ കരുതുന്നു; ഒരു പക്ഷേ അത്തരമൊരു പ്രതീക്ഷയാണ് ഈ പുസ്തകത്തിന്റെ പ്രേരണയും. ഈ ഉദ്യമത്തിൽ സഹായിച്ച എല്ലാവർക്കും നന്ദി രേഖപ്പെടുത്തുന്നു.

ഗീതു കൃഷ്ണ

ഉള്ളടക്കം

കവിതയിലെ ബഹുവചനം

കവി രാജുവള്ളിക്കുന്നത്തിന്റെ 'നീലസാരിയുടുത്തവൾ' എന്ന കവിതയിലെ ഭ്രമാത്മകതലത്തെക്കുറിച്ച് ഞാനൊരു പഠനം പ്രസിദ്ധീകരിച്ചിരുന്നു. ഭ്രമാത്മകത, വാസ്തവികത, അവാസ്തവികത, എന്നിങ്ങനെ തലങ്ങൾ കവിതയിൽ തിരിച്ചറിയാനാകാത്ത വിധം ലയിച്ചു കിടക്കുന്നത് കവിതാവായനയെ അതിന്റെ അർത്ഥ പരിഗണനകൾക്കപ്പുറത്തേക്ക് ചലിപ്പിക്കുവെന്നും, കവിതയെക്കുറിച്ച് ഇതഃപര്യന്തമുള്ള ചില ധാരണകളെയെങ്കിലും അത് തിരുത്തുന്നുണ്ടെന്നും ഞാൻ സൂചിപ്പിച്ചിരുന്നു. അതിൽ ഏറ്റവും പ്രധാനമാണ്, കവിത ഒരു അന്വേഷണവസ്തുവോ ആവിഷ്കാരവസ്തുവോ എന്നതിനപ്പുറം ജീവിതംപോലെ, പ്രകൃതിപോലെ ഒരു അനുഭവ വസ്തുതയായി കണ്ടെത്തുന്നവിധം. ഒരർത്ഥത്തിൽ, ഇത് കണ്ടെത്തൽ തന്നെയല്ല മറിച്ച്, നിലനിൽക്കുന്ന ഒന്നിനെ തൊട്ടറിയുകതന്നെയാണ്. പക്ഷേ, യഥാതഥമായ ആവിഷ്കാരമാണ് കവിതയെന്ന് കരുതിയാൽ അവിടെയും പിശകും; എന്നാൽ വായിക്കാനെടുത്ത ഒരു കവിത പൂർണമായും വായനക്കാരിലേക്ക് സംവഹിച്ചാൽ അവിടെ കവിതയെന്ന അനുഭവം പൂർണമാകും. അപ്പോൾ, കാവ്യവസ്തുവും, കാവ്യരൂപവും ചേർന്ന ഒരു വിലയന സാധ്യതയാണ് തുറക്കപ്പെടുന്നത്. ഈയൊരു തലത്തിൽനിന്നു വേണം വള്ളിക്കുന്നം കവിതകളെ സമീപിക്കേണ്ടതെന്ന് തോന്നുവാൻ പ്രധാന കാരണം കവിതയെക്കുറിച്ച് കവിയുടെതന്നെ ഒരു സൂചനകൂടിയാണ്: 'കവിത ഒരു ആശയപദ്ധതിയല്ല മറിച്ച് കാവ്യപദ്ധതികൂടിയാണ്.' സമകാലിക മലയാളം വാരികയുടെ നേരത്തെ നടന്ന ഒരു കവിതാ ചർച്ചയിൽ ഇടപെട്ടുകൊണ്ടാണ് കവി ഇങ്ങനെ പറഞ്ഞത്. (നോക്കിക്കുറിപ്പ് കവിതയാകില്ല)

കവിതയെക്കുറിച്ചുള്ള ഈ നിരീക്ഷണം വള്ളിക്കുന്നം കവിതകളിലേക്കുള്ള ഒരു താക്കോൽ കൂടിയാണ്. ഇല്ലെങ്കിൽ കവിതകളിലേക്ക് പ്രവേശം അസാധ്യമാണുതാനും. കവിയുടെ തന്നെ 'നഷ്ട

മായ താക്കോൽക്കൂട്ടം' എന്ന കവിതയിൽ-

'പൂട്ടി സുരക്ഷിതമാക്കിയ ഭൂതകാലം തിരഞ്ഞ്
ഇനിയും തിരിക്കുവാനാകാത്ത
നിഴൽത്തണുപ്പിൽ
അത് സ്വയം തിരിഞ്ഞുകൊണ്ടേയിരിക്കുന്നു
പിന്നെയും തിരിക്കാമെന്നായാൽ
നിലാച്ചിന്തിനോടൊപ്പം
കാലം അടർന്നുപോകും
ഒരു തരിപോലും കണ്ടെത്തുവാനാകാതെ
ഇടത്തേക്ക് ഏറെ തിരിഞ്ഞ്
വലത്താകുന്നപോലെ ഒരു കണ്ടെടുക്കാനാകായ്മ'

'ഒരു കണ്ടെടുക്കാനാകായ്മ' എന്ന് എഴുതിയിരിക്കുന്നത് ശ്രദ്ധേയമാണ്. ചരിത്രത്തിൽ നഷ്ടമാകുന്നത് കവിതയിലും നഷ്ടമാകുകയും അത് കണ്ടെടുക്കാനാകാത്തതോ തിരിച്ചറിയാനാകാത്തതോ ആകുന്ന അവസ്ഥ ചരിത്രം പോലെ കവിതയും തിരിച്ചറിയാനാകാത്തതാക്കും. 'ചരിത്രത്തിൽ ആര് എപ്പോൾ എങ്ങനെ നഷ്ടമാകുമെന്നറിയില്ലെന്ന്' 'ഒരിടത്തൊരിടത്തൊരു' എന്ന കവിതയിൽ ഈ കവി എഴുതിയിട്ടുണ്ട്. ചരിത്രം ഈ കവിയെ വളരെയധികം ആവേശിച്ചിട്ടുണ്ടെന്ന് വേണം കരുതുവാൻ. ഒക്ടേവിയോ പാസ് പറഞ്ഞതുപോലെ 'ചരിത്രം കവിതയല്ല, എന്നാൽ ചരിത്രമില്ലാതെ കവിതയില്ല'. ചുരുക്കത്തിൽ, ചരിത്രത്തെ കവിതയിൽ ആവിഷ്കരിക്കുക അത്ര ലളിതമായ ഒരു പദ്ധതിയല്ലെന്ന് സാരം. രാജുവള്ളിക്കുന്നമാകട്ടെ ചരിത്രത്തെ പൂർണമായും ഒരു കവിതയിലും കാവ്യവസ്തുവായി സ്വീകരിച്ചിട്ടില്ല. എന്നാൽ ചരിത്രത്തെ കുറിച്ചുള്ള സൂചനകളിലൂടെ കവിത മുന്നോട്ടും പിന്നോട്ടും കാലത്തിലൂടെ സഞ്ചരിക്കുകയും അനുഭവത്തിന്റെ സൂക്ഷ്മ നിർണ്ണയങ്ങൾകൂടി കാവ്യഘടനയിൽ വിലയിച്ചിരിക്കുന്നത് സൗന്ദര്യപരമായിതന്നെ നമ്മെ ബോധ്യപ്പെടുത്തുകയും ചെയ്യുന്നു. ഘടനയും സൗന്ദര്യ സമീപനങ്ങളും തമ്മിലുള്ള പൊരുത്തങ്ങളെക്കുറിച്ച് ഈ കവി ഏറെ ബോധവാനാണെന്നുള്ളതിന് തെളിവാണ് കെ.ജി. ശങ്കരപ്പിള്ളയുടെ കവിതകളെക്കുറിച്ചുള്ള രാജുവള്ളിക്കുന്നത്തിന്റെ പഠനം. ('പ്രതിഘടനയുടെ സൗന്ദര്യാനുഭവങ്ങൾ': പോസ്റ്റ് കൊളോണിയൽ മലയാള കവിത എസ്.പി.സി.എസ്. 2010)

ഒരർത്ഥത്തിൽ, കാവ്യഘടനയെക്കുറിച്ച് ഏറെ ചിന്തിക്കുകയും ചിലപ്പോഴെങ്കിലും ഉത്കണ്ഠപ്പെടുകയും ചെയ്യുന്നത് ഈ

കവിയുടെ ഒരു രീതിയാണെന്ന് കാണാം. അത് മിക്കപ്പോഴും പ്രതിഭാഘടനയെക്കുറിച്ചുള്ള നിലപാടുകളായും രൂപപ്പെടാറുണ്ട്. 'എനിക്ക് വാലസ് സ്റ്റീവൻസിനോട് സംസാരിക്കുവാനാകും' എന്ന കവിതയിൽ

'മരിച്ചവരോട് സംസാരിക്കുന്നത് നന്നല്ല
നിഴലും വെളിച്ചവും
നിറവും മണവും
ഓർമകളും സ്വപ്നങ്ങളും
സത്യമേത് മിഥ്യയേതന്നറിയാതെ
അവർ കൂട്ടിക്കലർത്തും
ചെളിപ്പാറയുടെ ഉൾക്കനമില്ലായ്മയിലേക്ക്
വെള്ളം ഊർന്നിറങ്ങുന്നപോലെ
നേരും കവിതയും ഇണക്കത്തിലാണെന്ന് പറയും
നിലവിളി കവിതയായി അറിയും
ഭാവന യാഥാർത്ഥ്യമായി പകർന്നാടും
ദൃശ്യവും രാത്രിയും ഇടകലരും' എന്നെഴുതുക വഴി പ്രതിഭാഘടനയും കാവ്യഘടനയും തമ്മിലുള്ള സംവാദം വ്യക്തമാണ്. വാലസ് സ്റ്റീവൻസിന്റെ കവിതകളിലെ യാഥാർത്ഥ്യവും അയഥാർത്ഥ്യവും തമ്മിലുള്ള വേർതിരിയലിന്റെ നേർത്തതലം ഇവിടെ കൂടുതൽ ചിന്തോദ്ദീപകവും അനുഭൂതിദായകവുമായി മാറുന്നു. കാവ്യഘടനയെക്കുറിച്ചുള്ള ഈ കവിയുടെ നിരീക്ഷണങ്ങൾക്ക് നിദർശനമായി വേറേയും കവിതകൾ ചൂണ്ടിക്കാണിക്കാനാകും. 'ഇലകളിൽ കാറ്റ്' എന്ന സമാഹാരത്തിലെ 'തലവേദന' എന്ന കവിതയിൽ 'കാവ്യരേഖയുടെ വളവുകളിൽ ജാഗ്രതയുടെ നീലവെളിച്ചം പ്രകരണമാകുന്നു' എന്നു കാണാം. കവിത തലവേദനയുടെ ത്രിമാനഭേദമാണെന്ന് പറഞ്ഞുകൊണ്ട് കാവ്യഘടനയിലെ വാക്കുകൾ, വികാരം, ദർശനം, ബിംബങ്ങൾ, രൂപകങ്ങൾ ഇവയെ തലവേദയുടെ തന്നെ അനുഭവങ്ങളിലേക്കും വിപ്ലവത്തിന്റെ വിശകലനങ്ങളിലേക്കും ഒരേ സമയം വിലയിപ്പിക്കുന്നു. 'കാവ്യജാഗ്രതയുടെ നീല വെളിച്ചം' എന്ന് ഈ കവിതയെ കെ.ബി പ്രസന്നകുമാർ കൃത്യമായി വിലയിരുത്തിയിട്ടുണ്ട്. വൈകാരികതയുടെ ഒബ്ജക്ടീവ് സ്വഭാവം കൂടി ഇവിടെ വെളിവാകുന്നു. 'രമണൻ വീണ്ടും വായിക്കുമ്പോൾ' (വിജ്ഞാനകൈരളി, ചങ്ങമ്പുഴ പതിപ്പ്) എന്ന ലേഖനത്തിൽ രമണന്റെ വികാരപരതയെ ഇത്തരമൊരു നിലപാടിൽ രാജു വള്ളിക്കുന്നം വിശകലനം ചെയ്യുന്നുണ്ടുതാനും. ഘടനയിൽ

വ്യത്യസ്തതകളുടെ ഈ സമാകലനം വള്ളിക്കുന്നം കവിതകളുടെ ഒരു മുഖമുദ്രയായി കരുതുന്നതിലും തെറ്റില്ല. 'ഒറ്റ ആഖ്യാന കേന്ദ്ര ത്തിൽനിന്നും ഇന്ന് കവിതയെഴുതുക ശരിയല്ലെന്ന് ഈ കവിക്കറി യാമെന്ന്' പി.എൻ. ഗോപീകൃഷ്ണൻ തന്റെ 'സ്ഥലവും സഞ്ചാര വും' എന്ന പഠനത്തിൽ എഴുതുന്നത് ഇതുകൊണ്ടാണ്. 'അകലം' എന്ന കവിതയിലെ സ്ഥലവും സഞ്ചാരവും വ്യക്തികളും സംഭവ ങ്ങളും ചരിത്രവുമെല്ലാം സൂക്ഷ്മമായ ആഖ്യാന കേന്ദ്രങ്ങളാണെ ന്ന് ഇവിടെ സമർത്ഥിക്കപ്പെടുന്നു.

'മഴ പുഴപോലെ
പ്രയോജനരഹിതമായ കടവാണ്' (മഴപുഴപോലെ)
വെയിലേത്
മഴയേതെന്നറിയാതെ
കാലത്തോടൊപ്പം
പാഴ്കിനാവ് കാണുന്നതും
ചെമ്പനീർപ്പൂവേത്
നന്ത്യാർവട്ടമേതെന്നറിയാതെ
മന്ദരാപ്പൂകാണുന്നപോലെ തന്നെ (ഇതു മഴയല്ല)
മരുഭൂമിയുടെ കടുത്ത ഏകാന്തതയെ
മണൽക്കാറ്റുകൾ മുറിച്ചുകടക്കുന്നത്
നിലാവിന്റെ ഏകാന്ത ശൈത്യങ്ങൾ
സൂര്യനിൽ എരിഞ്ഞടങ്ങുന്നപോലെയാണ്. (ഏകാന്തം)

ഈ കാവ്യഭാഗങ്ങൾ ആഖ്യാനകേന്ദ്രങ്ങളുടെ സൂക്ഷ്മതയും വൈവിധ്യവും കൂടുതൽ വ്യക്തമാക്കുന്നുണ്ട്.

ആഖ്യാനകേന്ദ്രങ്ങളുടെ വൈവിധ്യം ആഖ്യാനത്തെയും അതു വഴി അനുഭവത്തെയും സ്വാധീനിക്കുന്നത് കവിതയുടെ ഉയർന്ന തലത്തെയാണ് സൂചിപ്പിക്കുന്നത്. കവിത മറ്റെന്ത് പോലെയും ഒരനുഭവമാണെന്ന് ഈ കവിതകൾ നിരന്തരം ഓർമ്മിപ്പിക്കു ന്നു. കവിത ഏകവചനമല്ല മറിച്ച് ബഹുവചനമാണെന്ന് അത് ഉറപ്പിക്കുന്നു. അതിൽ പാരമ്പര്യം, ഓർമകൾ, മരുഭൂമി, പുഴ, കടൽ, റോഡ്, ഭരദേവത, കടവ്, മഴ, സ്ഥലങ്ങൾ, സുഹൃത്തുക്ക ൾ, സംഗീതം, നൃത്തം, ബലി, വരൾച്ച, രതി, സെൻബുദ്ധിസം, വീട്, ഫോക്‌ലോർ, പരിസ്ഥിതി, ഭയം തുടങ്ങി കവിത തന്നെയും ആഖ്യാന രൂപങ്ങളായി വള്ളിക്കുന്നം കവിതകളിൽ കടന്നുവരു ന്നു. പക്ഷേ ഒരാഖ്യാന രൂപം തന്നെ നിരവധി സൂക്ഷ്മാഖ്യാനങ്ങ ളുടെ സാധ്യത തുറന്നിടുകയും ചെയ്യും. 'ഈ വീട് എനിക്കിഷ്ടമ

ല്ല' എന്ന കവിത ഒരു റഷ്യൻ ബാലകഥയെ ഉപജീവിച്ച് എഴുതിയതാണ്. പക്ഷേ പൂച്ച, പട്ടി, വീട്, പെൺകുട്ടി എന്നിങ്ങനെ സാന്നിധ്യങ്ങൾ കവിതയെ, കുട്ടി വരച്ച വീടും പൂച്ചയും തമ്മിലുള്ള ബന്ധത്തിൽ നിന്നും ബഹുദൂരം ചലിപ്പിക്കുന്നു. വീട് എന്ന രൂപകത്തിന്റെ എല്ലാ സാധ്യതകളിലേക്കും കൂടാതെ റഷ്യൻ ചരിത്രം, വിപ്ലവ ചരിത്രം, വിപ്ലവപൂർവ്വവും വിപ്ലവാനന്തരവുമുള്ള റഷ്യൻ പരിതോവസ്ഥ, ഏറ്റവും ഒടുവിൽ കമ്മ്യൂണിസ്റ്റ് റഷ്യയുടെ പതനം എന്നിവയിലേക്കും നീണ്ടു ചെല്ലുന്നു. 'ചികുൻഗുനിയ കാലത്തെ പ്രണയം' എന്ന നർമ്മോക്തിയിൽ ചാലിച്ച കവിതയിൽ

'പ്രണയവും പ്രണയ നഷ്ടവും
പനിബാധിതമായി
വിടുതി നേടുക എനിക്ക് സ്വപ്നവുമല്ലാതെയായി
എല്ലാ കരുതലുകൾക്കുമപ്പുറം
നീ എന്നെ തിരയായ്കപോലെ
എനിക്ക് പനിയേയും ഒഴിവാക്കാനാകുന്നില്ല' പനി ബാധിതനായ കാമുകന്റെ കരുതലുകൾക്കപ്പുറത്ത് അവൾ അവനെ തിരയാതിരിക്കുന്നത് പോലെ അവന് പനിയേയും ഒഴിവാക്കാനാകുന്നില്ല എന്നെഴുതുമ്പോൾ പനി പനിയല്ലാതാവുകയും അത് സമൂഹത്തെയും കാലത്തെയും സമഗ്രമായി ബാധിക്കുന്ന രോഗാതുരതയായി മാറുകയും ചെയ്യുന്നു. ഈ കവിതയിൽ മാറി മാറി പരീക്ഷിക്കുന്ന 'ചികിത്സകൾ' ഫലിക്കാതെ പോകുന്ന സാമൂഹികതയുടെ ആധികൾ കാലബദ്ധമാണെന്നുകൂടി വായനക്കാരനെ ബോദ്ധ്യപ്പെടുത്തുന്നു. ആഖ്യാനത്തിലെ ഈ ബഹുവചനം 'തീർച്ചയായും ഇതൊരു മികച്ച കവിതയല്ല' എന്ന കവിതയിൽ യുദ്ധപശ്ചാത്തലത്തിൽനിന്ന് ചില കത്തുന്ന യാഥാർത്ഥ്യങ്ങളെ ബോധ്യപ്പെടുത്തും വിധം ആവിഷ്കരിക്കപ്പെട്ടിട്ടുണ്ട്.

'യുദ്ധത്തിൽ ദുഃഖം
മരണംപോലെ പൂർണമല്ല
യുദ്ധത്തിൽ ദുഃഖം പൂർണമല്ല
കവിതപോലെ
പൂർണമാകാത്ത നടുക്കംപോലെ
യുദ്ധത്തിൽ ദുഃഖം ഒറ്റതിരിഞ്ഞല്ല
പൂർണവുമല്ല
തീർച്ചയായും ഈ കവിത മികച്ചതായില്ല
പൂർണവും.'

ദുഃഖം വരുമ്പോൾ ഒറ്റയ്ക്കല്ല കൂട്ടത്തോടെയാകുമെന്ന ഷേക്സ്പിയർ കല്പനയുടെ ചുവടുപിടിച്ച് നിരന്തരം കൂട്ടത്തോടെയെത്തുന്ന ദുഃഖം യുദ്ധത്തെ ചൂഴ്ന്നു നില്ക്കുമ്പോൾ യുദ്ധത്തെ കുറിച്ചുള്ള കവിത ഒരിക്കലും പൂർണമോ മികച്ചതോ ആകില്ല എന്നുകൂടി സൂചിപ്പിക്കുന്നു. ആഖ്യാനത്തിലെ ഇഴപിരിവുകൾ കവിതയെ സമഗ്രമായി പരിവർത്തിപ്പിക്കുന്നുവെന്നു സാരം.

ആഖ്യാനത്തിലെ ബഹുവചനം ഈ വസ്തുതകൾക്കപ്പുറത്ത് ദേശം, കാലം എന്നിങ്ങനെ തലങ്ങളിൽ സംക്രമിക്കുന്നതിന് നിദർശനമായി രാജു വള്ളിക്കുന്നത്തിന്റെ ഏറെ കവിതകളുണ്ട്. തന്റെ ദേശമായ വള്ളികുന്നം നേരിട്ടും അല്ലാതെയും പല കവിതകളിൽ എത്തുന്നു. 'വള്ളികുന്നത്തെ കമ്മ്യൂണിസ്റ്റുകാർ', 'മുറിവുകൾ', 'വള്ളികുന്നത്ത് വീണ്ടും അഥവാ ലോഗ്-ഔട്ട്' എന്നീ കവിതകളിൽ ദേശം നേർക്കാഴ്ചയായി വരുമ്പോൾ 'മഴ പുഴപോലെ' എന്ന കവിതയിൽ

'തീരങ്ങളിൽനിന്ന് നെല്പാടങ്ങളിലേക്ക്
വെളിമ്പറമ്പുകളിൽനിന്ന് കുറ്റിക്കാടുകളിലേക്ക്
കുളങ്ങളിൽനിന്ന് മരച്ചീനിതോട്ടങ്ങളിലേക്ക്
ഒഴിവുചാലുകളിൽനിന്ന് നീർച്ചാലുകളിലേക്ക്
മഴയതിന്റെ മോഹജ്വാലകൾ പടർത്തിയെത്തുന്നു'

എന്ന വിധം വള്ളികുന്നം ദേശത്തിന്റെ സ്വാഭാവികതകൾ ഇതൾ വിടർത്തുന്നു. 'പുള്ളുവൻ പാടുന്നു' എന്ന ആദ്യകാല കവിതയിൽ തന്നെ ഓണാട്ടുകര പ്രദേശത്തെമ്പാടുമുള്ള സമൃദ്ധമായ നാഗാരാധനയും സർപ്പക്കാടും 'എരിയുന്ന മാളവും പുകയുന്ന ജന്മവും' എന്ന പുതിയ കാലത്തിന്റെ ആകുലതകളും സന്നിഗ്ധതകളും പ്രതിസന്ധികളുമായി എത്തുന്നു. ദേശത്തെ എഴുതുമ്പോൾ ദേശം അതിന്റെ ചരിത്രവും മിത്തും ഭൂമിശാസ്ത്രപരമായ പ്രത്യേകതകളുംകൂടി ആവഹിച്ചാവും ആവിഷ്കാരത്തിന് വിധേയമാവുക. എന്നാൽ 'വള്ളികുന്നത്തെ കമ്മ്യൂണിസ്റ്റുകാരിൽ' വള്ളികുന്നം എന്ന ദേശം ഒരു ദേശത്തിനപ്പുറത്തേക്ക് ലോക കമ്മ്യൂണിസത്തിന്റെ പ്രതിസന്ധികളിൽ എത്തിച്ചേരുകയും തുടർന്ന് 'മുറിവുകളിൽ' ഈ പ്രതിസന്ധികളുടെ മാനവികതലം ജീവിതത്തിന്റെ തന്നെ അർത്ഥങ്ങളും അനുഭവങ്ങളുമായി പിണയുകയും ചെയ്യുന്നു. ദേശത്തിന്റെ കമ്മ്യൂണിസ്റ്റ് ചരിത്രത്തിലെ ചില നിശബ്ദതകളെ ഈ കവിത ശബ്ദാനമയമാക്കുന്നുമുണ്ട്.

'മരവിച്ച എന്റെ ഗ്രാമത്തെ

വിപ്ലവം കൈയ്യൊഴിഞ്ഞുവോ
വരണ്ട വേനൽക്കാറ്റിൽ
എന്റെ ചോദ്യമലിഞ്ഞുവോ' എന്ന് 'കമ്മ്യൂണിസ്റ്റുകാർ' ഉന്നയിക്കുന്ന ചോദ്യം

'ഓർമ്മകൾ ഇപ്പോൾ ദുഃഖങ്ങളല്ല
മരവിച്ച ഗ്രാമത്തിൻ നെഞ്ച് തകർത്തുകൊണ്ടി-
ടറുന്ന കാറ്റിന്റെ വരളുന്ന ചോദ്യങ്ങൾ
പകലുകൾ നെടുകെ പിളർന്നു വിളറുന്നതും
വെടിയുന്ന വിപ്ലവം രാത്രി പുണരുന്നതും
ദുഃഖങ്ങളായല്ല, ഓർമകൾ മുറിവിന്റെ
നൃത്തങ്ങളായി മെയ് വഴക്കങ്ങളാകുന്നു
വഴങ്ങാത്തതെല്ലാം മുറിപ്പാടിന്റെ നഷ്ടം
വഴങ്ങുന്നതത്രയും ത്യാഗത്തിനിച്ഛ
മുറിപ്പാടിലിറ്റും പ്രകാശത്തിളക്കം
അറിയായ്ക രക്തത്തിനുൾത്താപഭേദം
ഓർമകളിപ്പോൾ ദുഃഖങ്ങളേയല്ല'

എന്ന് 'മുറിവുകളിൽ' ഉത്തരമായാതെ ദുഃഖത്തിന്റെ പുതിയ സമസ്യകൾ ഉന്നയിക്കുകയാണ്. ദേശചരിത്രം കമ്മ്യൂണിസ്റ്റ് ചരിത്രമാകുന്നിടത്തുനിന്ന് സാംസ്കാരിക ചരിത്രത്തിലേക്ക് ഒരു തിരിച്ചുപോക്കാകുന്നത് രാജുവള്ളികുന്നം തന്നെ തന്റെ 'വള്ളികുന്നത്തിന്റെ ചരിത്ര ദുഃഖങ്ങൾ' (സമകാലിക മലയാളം വാരിക) എന്ന ലേഖനത്തിൽ വിവരിക്കുന്നുണ്ട്.

'എല്ലായ്പ്പോഴും പരാജയപ്പെട്ട്
നിശ്വാസമടക്കി നോക്കിനില്ക്കാൻ
ഞാൻ പഴയ കൃഷിക്കാരന്റെ മകനല്ല
കാർഷിക സമരങ്ങളുടെ വിളനിലങ്ങൾ നോക്കി
ചരിത്രം അയവിറക്കാൻ
ഞാനൊരു കാല്പനികനുമല്ല
തിരിച്ചുപോക്കല്ലെന്നുറച്ച്
വള്ളികുന്നത്ത് പോകുന്നതും
തിരികെ പോരുകയാണെന്ന് നന്നായുറപ്പിച്ച്
മടങ്ങിപ്പോരുന്നതും

വെറും സാധാരണമാണ്. (വള്ളികുന്നത്ത് വീണ്ടും അഥവ ലോഗ്-ഔട്ട്)

ദേശത്തേക്കുള്ള യാത്രയിൽ മടങ്ങിപ്പോരലും ദേശ ചരിത്ര

ത്തിലൂടെയുള്ള യാത്രയായും തിരിച്ചുപോക്കായും വിലയിരുത്തലായും അനുഭവ സൂക്ഷ്മതയിൽ വിലയം പ്രാപിക്കുന്ന ഈ തലം ഒരുപക്ഷേ വള്ളിക്കുന്നം കവിതകളുടെ മാത്രം പ്രത്യേകതയാണ്. 'കർത്തൃ കർമ്മം ക്രിയ ഒക്കെയുമൊരുദേശം/ സ്വപ്നവും സ്മരണയും പൊരുളുമതേദേശം' എന്ന് 'ആത്മതർപ്പണത്തിൽ' കവി സംശയലേശമെന്യേ എഴുതിയിട്ടുമുണ്ട്.

കവിതയിൽ ഇത്തരത്തിൽ അനുഭവ സൂക്ഷ്മത സംക്ഷേപിക്കുന്നത് വായനക്കാരിൽ പ്രതിഫലിക്കണമെങ്കിൽ കാവ്യഘടനയിൽ അത് സമഗ്രമായി ഉൾച്ചേർന്നിരിക്കണം. സൂക്ഷ്മ സംക്ഷേപണം സാധ്യമാക്കുന്ന ഘടകങ്ങളൊന്നും വസ്തുതാപരമായ പ്രതിനിധാനത്തെ അതേ പടി അനുവർത്തിക്കുകയല്ല, മറിച്ച്, കാവ്യബദ്ധമായി നിർവഹിക്കപ്പെടുകയാണ്. ഈ നിർവഹണം സാധ്യമാകണമെങ്കിൽ അപാരമായ കാവ്യോർജ്ജം കവിതയിലുണ്ടാകണം. അത് ചിലപ്പോൾ ഉന്മേഷദായകമായും പ്രചോദനകരമായും മറ്റ് ചിലപ്പോൾ വേദനാജനകമായും ഭവിച്ചേക്കാം. നമ്മുടെ തന്നെ ബോധാബോധങ്ങളെയോ, സംസ്കാരത്തെയോ, ചുറ്റുപാടുകളെയോ ഓർമ്മകളെയോ സ്വപ്നങ്ങളെയോ ഒക്കെ അത് പ്രവർത്തിപ്പിക്കുകയും പ്രതിപ്രവർത്തിപ്പിക്കുകയും ചെയ്തുവെന്നും വരാം. അതുകൊണ്ടാണ് വിഷയസ്വീകരണത്തിലും ആവിഷ്കാരത്തിലും ഈ കവിക്ക് പൂർണമായും വ്യത്യസ്തത പുലർത്തുവാനാകുന്നത്. ഓരോ കവിതയും അതിന്റെ ഘടനാ സാധ്യതകളിൽനിന്ന് രൂപപ്പെട്ട സവിശേഷ നിർമ്മിതിയായാണ് വായനക്കാരിലെത്തുന്നത്. ഒരുപക്ഷേ മലയാളത്തിൽ അയ്യപ്പപ്പണിക്കർക്ക് മാത്രം സാധ്യമായ ഒരു തലമാണിത്. ഏകതാനത ഇവിടെ ഒരു വിധത്തിലും കാണപ്പെടുന്നില്ല. കാവ്യപദ്ധതിയിലെ സുശിക്ഷിതമായ ഈ ഘടനാവിശേഷത്തിന് നിദർശനമായി ഏറെ തലങ്ങൾ നേരത്തെ ചൂണ്ടിക്കാണിച്ചുകഴിഞ്ഞു. എങ്കിലും, കവി തന്റെ ഗവേഷണ മാർഗദർശിയും കാലിക്കറ്റ് സർവ്വകലാശാലയിൽ ഇംഗ്ലീഷ് പ്രഫസറും നമുക്ക് 'ജീനിയസ്' എന്ന് ഉറപ്പോടെ വിളിക്കാനും കഴിയുന്ന ടി.കെ. രാമചന്ദ്രന്റെ മരണശേഷം എഴുതിയ 'പരുന്ത്' എന്ന കവിത ഈ തലത്തിൽ ഏറെ ശ്രദ്ധേയമാണ്: ടി.കെയെക്കുറിച്ച് പ്രത്യക്ഷത്തിൽ ഒരു സൂചനയും നൽകാതെ ടി.കെയുടെ കോഴിക്കോട്ടുള്ള ഫ്ളാറ്റിൽ അദ്ദേഹത്തിന്റെ ഏകാന്തതയിൽ എപ്പോഴും സൗഹൃദം സൂക്ഷിച്ച ഒരു പരുന്തിന്റെ അനുഭവത്തിൽ നിന്ന് അത്ഭുതകരമായാണ് ഈ കവിത രൂപപ്പെട്ടിരിക്കുന്നത്. ടി കെ യുടെ ജീ

വിതവും ബൗദ്ധികതയും പ്രവർത്തനരംഗവും നിലപാടും പരുന്തിന്റെ അഭിവീക്ഷണത്തിലൂടെയാണ് അവതരിപ്പിച്ചിരിക്കുന്നത്. പരുന്ത്, ഡബ്ല്യു.ബി. യേറ്റ്സിന്റെ പരുന്തായും, ടി.കെയുടെ സ്വത്വപകർപ്പായും അതേ സമയം ടി.കെ യെ നമുക്ക് അനുഭവപ്പെടുത്തുന്ന ഒന്നായും ടി കെ യുടെ മരണശേഷം ഒറ്റപ്പെട്ട ഒന്നായും ഒടുവിൽ ടി.കെ യുടെ ആത്മാവെന്നവണ്ണം ചക്രവാളങ്ങളിലേക്ക് പരുന്തായി തന്നെ പറന്നുപോകുന്നതായും കവിതയിൽ ആവിഷ്കരിച്ചിരിക്കുന്നു.

'ഇപ്പോൾ പകൽ പതിനൊന്നുമണി
പരുന്ത് ഒരിക്കലും തിരിച്ചുവരാത്ത
എന്തോ പരതി അസ്വസ്ഥമാകുന്നു.
തന്നോടൊപ്പം പറക്കാൻ കഴിയാത്ത
ഭൂമിയിലെ നിഴലുകളെവിട്ട്
അത് ചക്രവാളങ്ങളിലേക്ക് പറക്കുന്നു'

ഒരുപക്ഷേ തന്റെ കവിത, തന്റെ തന്നെ കാലത്തെ മറ്റുള്ള കവികൾക്ക് പറന്നെത്താൻ കഴിയാത്ത ഉയരങ്ങളിലാണെന്ന ധ്വനിയും ഈ വരികളിൽ കവി ഒളിപ്പിച്ചിട്ടുണ്ടെന്ന് വേണം കരുതാൻ.

കാവ്യഭാഷയുടെ കവിതകൾ

കവിതയുടെ ഭാഷ നിർദ്ധാരണം ചെയ്യുന്നതിന് കവിതയിലെ കാലം, ചരിത്രം, പ്രത്യയഘടന തുടങ്ങിയവയാണ് പരിശോധിക്കേണ്ടതെന്നൊരു വാദം കവി രാജു വള്ളിക്കുന്നം തന്റെ 'കാവ്യഭാഷയിലെ ദർശനം' എന്ന ലേഖനത്തിൽ ഉന്നയിച്ചിട്ടുണ്ട്. ഈ പരിശോധനയിൽ ആദ്യം കവിതയിലെ കാലവും ദേശവും അനാവരണം ചെയ്യപ്പെടണം. കാരണം കാവ്യഭാഷയ്ക്ക് നിദാനമായ പ്രയോഗ ഭാഷ ഇവയിലൂടെയാണ് രൂപപ്പെടുന്നത്. ചരിത്രവും ഇതോടൊപ്പമുണ്ടാകും. ഇതെല്ലാം ചേർന്ന ഘടനയാണ് കവിതയുടേത്. പക്ഷേ, കവിതയിൽ കാലം സമയസൂചികകളിൽ നിന്ന് മാത്രം ഉരുത്തിരിയുന്നതല്ല, മറിച്ച് അനുഭവത്തിന്റെ സൂക്ഷ്മരൂപങ്ങളെ കണ്ടെത്തലാണ്. അനുഭവം രൂപപ്പെടുന്നത് കാലബദ്ധമാണെന്നിരിക്കെ കവിതയിൽ പ്രയോഗ ഭാഷ തന്നെയാകും കാവ്യഭാഷയുടെ പ്രാഥമിക ഘടകം. അപ്പോൾ കാവ്യഭാഷ കവിത എഴുതപ്പെട്ട ഭാഷയ്ക്കുപരിയായി അത് സംവേദനം ചെയ്യപ്പെടുന്ന സവിശേഷ ഭാഷയായി പരിണമിക്കുന്നു. ഈ കവി തന്നെ, കവിത പ്രാഥമികമായും ഒരു ഭാഷാ ഘടനയാണെന്ന വാദം നേരത്തെ മുന്നോട്ട് വെച്ചിരുന്നു. ഭാഷ യാഥാർത്ഥ്യമാണെന്നിരിക്കെ കവിതയുടെ ഭാഷ അത് നിർമിക്കപ്പെട്ട ഏതെങ്കിലും പ്രകൃത ഭാഷയ്ക്കുപരിയായി വിനിമയം ചെയ്യപ്പെടുന്ന അർത്ഥങ്ങളുടെ ഒരു തലം സംജാതമാക്കുന്നുവെന്ന് സാരം. ചുരുക്കത്തിൽ കാവ്യഭാഷ സാധാരണമായ ഏതെങ്കിലും പ്രയോഗ ഭാഷയല്ല, മറിച്ച് സവിശേഷമായ ഒന്നാണ്. അത് മറ്റെല്ലാ കലാ-സാഹിത്യ രൂപങ്ങളുടേയും ഭാഷയിൽ നിന്ന് വിഭിന്നമാണ്. ഇത് ഓരോ കവിയേയും അടയാളപ്പെടുത്തുന്ന ഒന്നായിത്തീരുന്നു.

രാജു വള്ളിക്കുന്നത്തിന്റെ ഓരോ കവിതയും വ്യത്യസ്ത ഭാഷാനുഭവമാണ് സംജാതമാക്കുന്നത്, കാരണം ഓരോ കവിതയുടേയും ഘടനയ്ക്കനുയോജ്യമായ ഒരു ഭാഷ കവിതയിൽ സ്വീക

രിക്കപ്പെടുന്നു. അത് കവിതയിലെ ആശയവും അർത്ഥപരതയും സൗന്ദര്യവും പ്രതിഫലിപ്പിക്കുന്നു. 'വള്ളികുന്നത്തെ കമ്മ്യൂണിസ്റ്റു കാർ' എന്ന കവിതയുടെ മുറുക്കിക്കെട്ടിയ തലമല്ല 'അകലത്തി ന്റെ' ഒട്ടൊരു അയഞ്ഞ തലം. മരുഭൂമികളുടെ ഉള്ള് നീറുന്ന തലം 'മരുഭൂമികളെക്കുറിച്ച് പാടരുത്' എന്ന കവിതയിൽ കാണുമ്പോ ൾ, വളരുന്ന മരുഭൂമികളെക്കുറിച്ചുള്ള ആധിയാണ് 'എന്റെ രൂപ ങ്ങൾ നിന്റേയും' എന്ന കവിത യുടെ മുഖമുദ്ര. 'പുള്ളുവൻ പാ ടുന്നു' എന്ന കവിതയിലെ ആധ്യാത്മികതയിൽ സ്ഫുടം ചെയ്ത ജീവിതത്തിന്റെ അവസ്ഥകളല്ല 'മൃതിതാളങ്ങളിലെ' മൃത്യാഭിമുഖ്യ വുമായി ചേർന്ന വ്യഥിത തലം. 'തലവേദന' യിൽ കവിത തന്നെ നിർദ്ധാരണം ചെയ്യപ്പെടുമ്പോൾ 'ഇടപ്പള്ളിയാണ് ഞാൻ' എന്ന കവിതയിൽ കാവ്യജീവിതമാണ് പ്രതിഫലിക്കുന്നത്. തലവേദനയി ലെ കൂർത്തു മൂർത്ത ഗദ്യം, ഇടപ്പള്ളിയിൽ നവകാല്പനികതയുടെ അനുഭൂതികളിൽ ലയിക്കുന്നതോടൊപ്പം കവി, കവിത, മൃത്യുവാ ഞ്ഛ, തുടങ്ങി കവിയും കവിതയും ചേർന്ന ഏകരൂപാത്മകത യും വെളിവാക്കപ്പെടുന്നു. ഈ കവിതയിലെ പദസംഘാതം തന്നെ തികച്ചും വ്യത്യസ്തമാണ്. ഇടപ്പള്ളിയുടെ മരണത്തെ കാവ്യജീവി തത്തിന്റെ പരിസരത്തിൽത്തന്നെ നിബന്ധിക്കുവാൻ കവി ശ്രദ്ധി ച്ചിരിക്കുന്നു:

'ആദ്യപ്രേമത്തിന്റെ അജ്ഞാതദുഃഖങ്ങൾ'
'ഭൂതായനങ്ങളിൽ നിറ കൊണ്ട വിങ്ങലും
ഭൂതദയയുടെ ചൈത്ര ബോധങ്ങളും'
'പച്ചയും പാട്ടും ചൊല്ലിക്കെട്ടിയ കവിതയും'
'മനസിന്റെ കൊമ്പിൽ നിന്നടരുന്നു
ശപ്ത സ്വപ്നങ്ങൾ തൻ കലിയുഗം'.

കവിതയും കാവ്യജീവിതവുമായുള്ള വിലയനത്തിൽ നിന്നാ ണ് ഈ വരികൾ രൂപപ്പെട്ടതെന്ന് വ്യക്തം.

എന്നാൽ അയ്യപ്പപ്പണിക്കരെ അടയാളപ്പെടുത്തുന്ന 'അയ്യ പ്പപ്പണിക്കരും ഞാനും' എന്ന കവിത അയ്യപ്പപ്പണിക്കരിലേക്കും കവിതാരീതിയിലേക്കും കാവ്യഭാഷയിലേക്കും ഒരു തരം പരകായ പ്രവേശം തന്നെ കവി രാജു വള്ളിക്കുന്നം നടത്തുന്നുണ്ട്:

'സംശയം എപ്പോഴും നല്ലതിനാണെന്നും
സംശയമില്ലാതെ വസ്തുതകളില്ലെന്നും
ഇവ തമ്മിലുള്ള ബന്ധം
വാക്കും പ്രവൃത്തിയും പോലെയാണെന്നും

വാക്കും പ്രവൃത്തിയും പൊരുത്തപ്പെടുന്നത്
ആവർത്തനമാണെന്നും
ആവർത്തനം എപ്പോഴും വിരസമാണെന്നും'

'എപ്പോഴും ഫലവത്തായാൽ
പ്രതീക്ഷകൾക്കെവിടെ സൗന്ദര്യം
സ്വപ്നം പോലവെ പ്രതീക്ഷകൾ തുടരാവൂ'
'വരിഷ്ഠ ശില്പിയായിട്ടും വെറുതെ
കവിതയിൽ കേറിയപോലെയും
തിരികെ വരുംവഴി ചുമ്മാ നിരൂപണത്തിൽ
നോക്കിയെന്നും പറയും'.

അയ്യപ്പപ്പണിക്കരുടെ കാവ്യഭാഷയും നർമ്മോക്തിയും കവിതാരീതിയും ഇതിൽ കൂടുതലായി കവിതയിൽ ആവഹിക്കുന്നതെങ്ങനെ? ഇത്തരത്തിൽ ഓരോ കവിതയും വ്യത്യസ്തമായ ഘടനയും ഭാഷയും സ്വീകരിക്കുമ്പോൾത്തന്നെ അവ ഓരോ ആഖ്യാനത്തിനും യോജിച്ചതായിരിക്കാനുള്ള കാവ്യ ശിക്ഷ ഈ കവി കൈവരിച്ചിരിക്കുന്നു. 'ഒരിടത്തൊരിടത്തൊരു' എന്ന കവിതയിൽ ആഖ്യാനത്തിന്റെ മറ്റൊരു ക്രമമാണ് കവി പിൻതുടരുന്നത്. ഒരു പുരാവൃത്തം പോലെയോ കെട്ടുകഥ (fable) പോലെയോ സമകാലികാനുഭവം അവതരിപ്പിക്കുന്നത് കവിതയിലെ ആഖ്യാതാവായ യുവതിയുടെ സ്വപ്നമായാണ്. കവിതയിലെ അവസാന വരിയായ 'സ്വപ്നം കാണാൻ അനിത വീണ്ടും കരഞ്ഞു' എന്നിടത്ത് എത്തുമ്പോഴാണ് അതുവരെ കവിത ഒരു സ്വപ്നത്തിന്റെ ആഖ്യാനമായിരുന്നെന്ന് വായനക്കാർ അറിയുന്നത്. സ്വപ്നത്തിന്റെ ഭാഷയും ഘടനയുമാണ് (dreamscape) കവി സ്വീകരിച്ചിരിക്കുന്നതു്. 'അപ്പോൾ കവി എന്താണുദ്ദേശിച്ചത്' എന്ന കവിതയിൽ ജിദ്ദു എന്ന കേന്ദ്ര കഥാപാത്രത്തിൽ ഒരേ സമയം ആണിനേയും പെണ്ണിനേയും സന്നിവേശിപ്പിച്ചിരിക്കുന്നു. കോളജിൽ നിന്ന് വീട്ടിലെത്തുന്ന ജിദ്ദുവിൽ നിന്ന് പെണ്ണ് പിന്നീടുള്ള പ്രവൃത്തികൾ ഏറ്റെടുക്കുന്നു. എന്നാൽ കവിതയിൽ ഇടയ്ക്ക് ചില പ്രവൃത്തികൾ 'അവൾക്കിഷ്ടമല്ല' എന്നു പറഞ്ഞ് ആഖ്യാനത്തെ ആതുര (jeopardize) മാക്കുന്നു മുണ്ട്. ഘടനാപരമായി ഈ കവിത ഏറെ സവിശേഷമാകുന്നത് ഒരു ആഖ്യാനത്തിൽ മറ്റൊരാഖ്യാനം കലരുകയും രണ്ട് ആഖ്യാനങ്ങളും വ്യത്യസ്ത ദിശയിൽ സഞ്ചരിക്കുന്നതുമൂലവുമാണ്. 'ഇത് മഴയല്ല' എന്ന കവിതയിലും ഇത്തരമൊ

രു ഘടനാ വിശേഷം കാവ്യഭാഷയെ സങ്കീർമാക്കി അനുഭവിപ്പിക്കുന്നുണ്ട്.

'പ്രണയം' എന്ന ദീർഘ കവിതയിൽ 'എങ്ങനെ പറയും', 'എങ്ങനെ പറയാതിരിക്കും', 'പറഞ്ഞും പറയാതെയും' 'പറയാതെ അറിഞ്ഞ്' എന്നിങ്ങനെ നാല് ഭാഗങ്ങളായി പ്രണയഘട്ടങ്ങൾ അവതരിപ്പിക്കുമ്പോൾ പറയാതെ തന്നെ പ്രണയമറിയണമെന്ന ആഗ്രഹം പ്രണയത്തിടുക്കത്തിന്റേയും ആശങ്കകളുടേയും തീർച്ചകളുടേയും അവയുടെ ആകുലതകളുടേയും ഭാഷയിലാണ് കവിതയിൽ ചിത്രീകരിക്കുന്നത്. അത് കവിതയിൽ എത്തി നിൽക്കുന്നതാകട്ടെ:

'പറയാതെ അറിഞ്ഞും
പകരാതെ നുകർന്നും
പങ്കുവെയ്ക്കാനൊരു
ജന്മാന്തര വാഗ്ദാനമായ്

'നീയെൻ പ്രണയം സഖീ' എന്നാണ്. പ്രണയിനി തന്നെ പ്രണയമായി പരിവർത്തിക്കുന്ന അപൂർവ്വത പ്രണയ ഭാഷയുടെ സൂക്ഷ്മ സന്നിവേശങ്ങളിലൂടെ കവി സാധ്യമാക്കുന്നു. സൂക്ഷ്മമായി പരിശോധിച്ചാൽ പ്രണയ ഭാഷയല്ല മറിച്ച് പ്രണയമറിയിക്കുകയും അറിയുകയും ചെയ്യുന്ന ഒരു സംവേദന ഭാഷയാണ് കവിതയ്ക്കുള്ളതെന്ന് കാണാം. സംഗീത സംബന്ധിയായും നൃത്ത സംബന്ധിയായും കഥകളി സംബന്ധിയായും രാജു വള്ളിക്കുന്നം കവിതകൾ രചിച്ചിട്ടുണ്ട്; അവ ഓരോന്നിനും അതാത് കലാനുഭവം പ്രദാനം ചെയ്യുന്ന ഭാഷാക്രമം അവലംബിച്ചിരിക്കുന്നു എന്നു പറയുമ്പോൾ കാവ്യഭാഷ എത്രമാത്രം അനുരൂപമാണെന്ന് മനസിലാക്കേണ്ടതുണ്ട്. 'സെൻ ഭിക്ഷു ചായ പകരുന്നു' എന്ന കവിതയിലാകട്ടെ സെൻ ബുദ്ധിസത്തിന്റെ ആത്മീയാനുഭവം സംജാതമാക്കാൻ സെൻ ചിന്തയുടെ ധ്യാനാത്മകവും ഭാവാത്മകവുമായ ഭാഷ തന്നെ പ്രയോഗിച്ചിരിക്കുന്നു. ഇത്രയേറെ വ്യത്യസ്തമായ കാവ്യഭാഷാനുഭവം സംജാതമാക്കുന്ന കവിതകൾ മലയാളത്തിൽ വേറെ അധികമില്ല എന്നു കൂടി തിരിച്ചറിയേണ്ടതുണ്ട്. ഭാഷയുടെ സൂക്ഷ്മരൂപങ്ങളിലും സന്നിവേശങ്ങളിലും ആവിഷ്ക്കൃത മാകുന്ന വള്ളിക്കുന്നം കവിതകളെ കാവ്യഭാഷയുടെ യഥാർത്ഥ കവിതകളെന്ന് നിസംശയം വിലയിരുത്താം.

ആഖ്യാനത്തിന്റെ മാനങ്ങൾ

കവിതയെ ചൂഴ്ന്ന് നിൽക്കുന്ന ആഖ്യാനത്തിന്റെ തലങ്ങളെക്കുറിച്ചുള്ള അന്വേഷണം മലയാള കവിതാ പഠനമേഖലയിൽ അത്ര പ്രബലമല്ല. അതിന്റെ കാരണം, ആഖ്യാന തലങ്ങളുടെ പരിശോധനയിലൂടെ കവിതയുടെ മാനങ്ങൾ അളക്കുന്നതിലുള്ള വിമുഖതയാണ്. ആഖ്യാനത്തെ ശൈലിയായി തെറ്റിദ്ധരിച്ച ഒരു പാരമ്പര്യം മലയാള കവിതാനിരൂപണത്തെ പണ്ടേ ഗ്രസിച്ചിരുന്നു. അതേസമയം നോവൽ, കഥാപഠനങ്ങളിൽ ആഖ്യാന സവിശേഷത മലയാളനിരൂപകർ വേണ്ടതിലധികം അന്വേഷിച്ചിട്ടുമുണ്ട്. അപ്പോൾ കവിതയിലെ ആഖ്യാനത്തിന്റെ മാനങ്ങളെന്താണ്? പ്രത്യക്ഷത്തിൽ അത് കവിതയുടെ നിർമിതിയിലെ സവിശേഷതയാണ്. അതായത് വായിക്കാനെടുത്ത ഓരോ കവിതയും വ്യത്യസ്തമായ രൂപമാതൃകയാകണം. അത് ആഖ്യാനത്തിന്റെ സവിശേഷരീതിയിലൂടെ മാത്രമെ സാധ്യമാകൂ. ആഖ്യാന മാതൃകകളിൽ ഗദ്യ/പദ്യം എന്നിങ്ങനെ ദ്വന്ദ്വം ഇപ്പോൾ പ്രസക്തമല്ല, മറിച്ച് സ്വഗതാഖ്യാനമോ, നാടകീയതയോ, ആഖ്യാതാവിന്റെ വാക്കുകളോ, സർറിയലിസമോ, സാംസ്ക്കാരികതയോ, തിരശ്ചീനവും ലംബവുമായ ആവിഷ്ക്കാരങ്ങളോ, റിപ്പോർട്ടുകളോ, കഥാഖ്യാനമോ, പാരഡിയോ, ചിത്രീകരണമോ, പ്രതിനിധാനമോ, ഭാഷയുടെ പ്രത്യേക ഉപയോഗത്താലുളവാകുന്ന സംഗീതമോ, നാടോടി വഴക്കമോ ഒക്കെയായി വൈവിധ്യമാർന്ന മാതൃകകൾ കവിതയിൽ എത്ര വേണമെങ്കിലുമുണ്ട്. എന്നാൽ മിക്കപ്പോഴും ആഖ്യാനം വസ്തു വിഷയമാകും. കവിതയിലെ ഉൾക്കാഴ്ചയും ദർശനവും ആഖ്യാനരീതിയെ സ്വാധീനിക്കുന്നുണ്ട്. വൈരുധ്യത്തിന്റെ മാനങ്ങൾ കാവ്യ നിർമിതിയെ സ്വാധീനിക്കുന്നതിനും അതുവഴി ആഖ്യാനം 'കവിയുടെ ദാർശനിക വ്യക്തിത്വത്തിന്റെ പരിപ്രേക്ഷ്യമാകുന്ന' തിനും തെളിവായി രാജു വള്ളിക്കുന്നം വൈലോപ്പിള്ളിക്കവിതയെ തന്റെ 'പോസ്റ്റ്കൊളോണിയൽ മലയാള കവിത' എന്ന ഗ്രന്ഥത്തിൽ വിശകലനം ചെയ്യു

ന്നുണ്ട്. 'വീക്ഷണത്തിലെ വസ്തുനിഷ്ഠതയും വസ്തുതകളിലെ വൈരുദ്ധ്യവും' കവിതയെ ഊർജവത്താക്കും.

ആഖ്യാനത്തിന്റെ സവിശേഷത ഒരു കവിയുടെ തന്നെ കവിതകളെ വ്യത്യസ്തമാക്കുന്നതിന് മലയാളത്തിലെ മികച്ച ഉദാഹരണങ്ങളാണ് അയ്യപ്പപ്പണിക്കരും രാജു വള്ളിക്കുന്നവും. കവിത, വിഷയത്തിലും ആ വിഷ്ക്കാരത്തിലും ഏകതാനത പുലർത്തുന്നില്ലെന്ന് സാരം. 'അയ്യപ്പപ്പണിക്കരും ഞാനും' എന്ന കവിതയിൽത്തന്നെ കവി രാജുവള്ളിക്കുന്നം ഇത് സൂചിപ്പിച്ചിട്ടുണ്ട്:

'വാക്കും പ്രവൃത്തിയും പൊരുത്തപ്പെടുന്നത്
ആവർത്തനമാണെന്നും ആവർത്തനം
എപ്പോഴും വിരസമാണെന്നും പറഞ്ഞു
ആരും ഒരു പുഴയിൽ
ഒന്നിലേറെത്തവണ കുളിക്കായ്ക പോലെ
ഒരഭിപ്രായത്തിലും അയ്യപ്പപ്പണിക്കർ
ഒരിക്കലും തടഞ്ഞില്ല.
തിരിച്ചു പോക്ക് അസാധ്യമാണെന്നും.
പണിക്കരുടെ രണ്ട് കവിതകളിൽ
ആർക്കും ഒരുപോലെ മുങ്ങാനാവില്ല
നിർബന്ധമാണെങ്കിൽ ഓരോന്ന് വീതമാകാം
ഒരുപോലെ രണ്ട് കവിതകൾ
കാണാനുംപ്രയാസം'.

ഇത് രാജു വള്ളിക്കുന്നത്തിന്റെ കവിതകൾക്കും ബാധകമാണ്. ഒരേ ആഖ്യാനരൂപത്തിൽ രണ്ടു കവിതകൾ കാണുക പ്രയാസം. കാവ്യഘടനയിലെ വ്യത്യസ്തതകളുടെ സമാകലനം ഇത്തരത്തിൽ ആഖ്യാനഭേദം നിർണയിക്കുകയാണെന്നു സാരം. 'പുള്ളുവൻ പാടുന്നു' എന്ന കവിതയിൽ നാഗവും നാഗാരാധനയിലെ മുഖ്യ ഘടകമായ പുള്ളുവൻ പാട്ടും, സർപ്പക്കളമെഴുത്തുമൊക്കെ കടന്നു വരുമ്പോഴും 'എരിയുന്നു മാളവും പുകയുന്നു ജന്മവും' എന്നെഴുതുക വഴി നാഗവും പുള്ളുവനും കവിയും ഒരുപോലെ എരിഞ്ഞും പുകഞ്ഞും തീരുന്ന സമകാലിക ദുരന്തം ആഖ്യാനത്തിന്റെ സവിശേഷതയാകുന്നു. ഈ ഘടകങ്ങളെല്ലാം വിലയിക്കുന്നത് സാംസ്ക്കാരികതയുടെ പ്രതിസന്ധിയിലാണെന്ന് കവിതയിൽ വ്യക്തമാണ്. ചുരുക്കത്തിൽ, പ്രാക്തന സംസ്കൃതിയുടെ ബിംബങ്ങളും രൂപകങ്ങളും ഉപയോഗിച്ച് കവിതയെ സാമൂഹിക-സാംസ്ക്കാരിക പ്രതിസന്ധികളുടെ ആവിഷ്കാരമാക്കുന്നു.

സെൻ ബുദ്ധിസത്തിന്റെ പശ്ചാത്തലത്തിൽ രൂപപ്പെട്ട 'സെൻഭിക്ഷു ചായ പകരുന്നു' എന്ന കവിതയിൽ നേരത്തേ സൂചിപ്പിച്ച പ്രാക്തന സംസ്കൃതി പുതിയ അർത്ഥങ്ങൾ ഉത്പാദിപ്പിക്കുന്നത് വേറിട്ട അനുഭവമാണ് പ്രദാനം ചെയ്യുന്നത്. സെൻ ബുദ്ധിസം ഒക്ടേവിയോ പാസിന്റെ കവിതകളിൽ വന്നതിൽ നിന്ന് വ്യത്യസ്ത തലത്തിലാണ് വള്ളിക്കുന്നം കവിതയിൽ വരുന്നത്. ജപ്പാൻ, ചൈന മലമടക്കുകളിലെ സെൻ ഭിക്ഷുക്കളുടെ ഒരാചാരമാണ് ചായ സൽക്കാരം. ചായ ഉണ്ടാക്കുന്നതിലും അത് പകരുന്നതിലും അതിഥികൾ പാനം ചെയ്യുന്നതിലുമൊക്കെ ഏറെ ആചാരവഴക്കങ്ങളുണ്ടെന്നിരിക്കെ ഇവ മലയാള കവിതയിൽ ആവിഷ്ക്കരിക്കുന്നത് ദുഷ്ക്കരമാണ്. പക്ഷേ, വള്ളിക്കുന്നം എത്ര അനായാസേന ഇത് നിർവ്വഹിക്കുന്നുവെന്ന് കാണുക. ഈ കവിതയുടെ അന്ത:സത്ത നിരൂപകൻ കെ. ബി പ്രസന്നകുമാർ വിവരിക്കുന്നത് ഇങ്ങനെ:

'ഇതാ ഒരു സെൻഭിക്ഷു ചായ പകർന്നുകൊണ്ടിരിക്കുന്നു. അകമേ നിറയും നിതാന്തമാം ശൂന്യതയിലേക്ക് കവി നമ്മെ ക്ഷണിച്ചു കൊണ്ടുപോകുന്നു. എല്ലാ ആരവങ്ങൾക്കിടയിൽ നിന്നും കവിതയുടെ ഒരു മുളങ്കൂട്ടിലേക്ക് നാം കയറിച്ചെല്ലുന്നു. അവിടെ മുളമറക്കുടിലിൽ സെൻഭിക്ഷു. പിന്നെ നിർമ്മിക്കപ്പെടുന്നത് ഒരു സെൻചായയാണ്. സെൻ ചിന്തയിൽ, എല്ലാ കർമങ്ങൾക്കും സൂക്ഷമതയുടെ തലമുണ്ട്; ഒരു ചായ നിർമിക്കുന്നതിൽ വരെ. ഓരോ പ്രവൃത്തിയിലും നിരാമയമായ ഞാൻ പ്രക്ഷേപിക്കപ്പെടുന്നു. റോബർട്ട് പിർഗ്സിന്റെ 'സെൻ ആൻഡ് ദി ആർട്ട് ഓഫ് മോട്ടോർ സൈക്കിൾ മെയ്ന്റൻസ്' എന്നപ്രസിദ്ധമായ പുസ്തകം ഞാനോർക്കുന്നു. ഒരു മോട്ടോർ സൈക്കിൾ സൂക്ഷ്മതയോടെ ഓടിക്കുന്നതും ഒരു സെൻ സൂക്തം മനനം ചെയ്യുന്നതും തമ്മിൽ വ്യത്യാസം കാണേണ്ടതില്ലെന്ന് പിർഗ്സ് ഓർമിപ്പിക്കുന്നു. സെൻ തത്വചിന്തയിൽ ജീവിതത്തിന്റെ സരളതകളും തരളതകളും ലയിക്കുന്ന ദർശന തലം ഉള്ളടങ്ങുന്നു. 'നിങ്ങൾ മനുഷ്യഭാഗധേയങ്ങളെക്കുറിച്ച് വ്യാകുലനായിരിക്കുന്നു. ഞാനാകട്ടെ, ഈ ആണി നന്നായി മുറുക്കാൻ യത്നിച്ചു കൊണ്ടിരിക്കുന്നു. ഈ ചെയ്തി കൂടുതൽ ക്രിയാത്മകമല്ലേ എന്ന് ഓർത്തു നോക്കുക' എന്ന പ്രസ്താവത്തിൽ കർമങ്ങളെ സംബന്ധിക്കുന്ന സെൻ വ്യതിരിക്തത സൂചിപ്പിക്കപ്പെടുന്നു. സെൻ ഭിക്ഷു ചായ പകരുമ്പോൾ സംഭവിക്കുന്നതുമിതാണ്. ചായപ്പാത്രവും അടുപ്പും ഉയരുന്ന ആവിയുമൊക്കെ

പൈൻ മരത്തിന്റെ സൂര്യ തലപ്പിലെ കാറ്റിനോടൊപ്പം തന്നെ കാണപ്പെടുന്നു. കാനനത്തിന്നിരുൾ വീണ കാരുണ്യം കാറ്റുലഞ്ഞമലകളിൽ തളിരിടുമ്പോൾ, കെറ്റിലിൽ അദൃശ്യങ്ങളാം സൂക്ഷ്മ സത്തകൾ ലയിക്കുന്ന ചായ നിർമിക്കപ്പെടുന്നു. അത്യന്തം ലളിതമായ ഒരു കർമം പ്രപഞ്ച രാശിയിലേക്ക് എത്രയും സരളതയോടെ, ശുദ്ധിയോടെ കടന്നുപോകുന്നത് നാം കാണുന്നു. ഇത് പരിസരങ്ങളിലെ ആരവ ഭേരികൾക്കിടയ്ക്കു നിന്ന് കവിത കണ്ടെടുക്കുന്ന പ്രക്രിയ കൂടിയായിത്തീരുന്നു. സെൻ ഭിക്ഷുവിനോട് യാത്ര ചൊല്ലി പതുക്കെ പടിയിറങ്ങുമ്പോൾ

'ഓർക്കുവാനല്ല പൂർണതയ്ക്കപ്പുറം ചായയിൽ
ആർദ്രമെന്തോ കൈവല്യമായ്-കാരുണ്യമോ
ചെത്തിയൊരുക്കിയ മുള മറയ്ക്കപ്പുറം
ശ്രദ്ധ സ്നേഹം നിതാന്ത വിശുദ്ധികൾ'

എന്ന് കവിത പരിസമാപ്തമാകുന്നു. ഒരു സെൻചായ നുകർന്ന് നാമിതാ വിജനമാം തെരുവോരങ്ങളിലൂടെ നമ്മിലേക്കും ഭൂമിയിലേക്കും കവിതയിലേക്കും നടന്നു പോകുന്നു. പൂർണതയ്ക്കുമപ്പുറത്തേക്ക് നീളുന്ന സെൻ ബുദ്ധിസ്റ്റ് ക്രമത്തെ സെൻ ഭിക്ഷുക്കളുടെ തന്നെ ചായയാചാരത്തിൽ വിലയിപ്പിക്കുന്ന ആഖ്യാനരീതി എത്ര ഉദാത്തമാണ്, അത് പുള്ളുവൻ പാടുന്നു എന്ന കവിതയുടെ പ്രാക്തന തലത്തിൽ നിന്ന് വേറിട്ടതാണ്; രണ്ടും പ്രാക്തന സംസ്കൃതിയിൽ ഉരുവം കൊണ്ടതാകുമ്പോഴും.

ഓച്ചിറ ക്ഷേത്രവുമായി ബന്ധപ്പെട്ട വിശ്വാസധാരയെ demythify ചെയ്യുന്നതും ഓണവുമായി ബന്ധപ്പെട്ട കേരളത്തിന്റെ സമ്പൽ സമൃദ്ധിയെ അപനിർമിക്കുകയും ചെയ്യുന്ന ഒരു കവിതയാണ് 'ഓഓ'. കവിതയുടെ തലക്കെട്ട് പ്രത്യക്ഷത്തിൽ ഓച്ചിറയുടെയും ഓണത്തിന്റേയും ആദ്യക്ഷരങ്ങളാണെന്ന് തോന്നിപ്പിക്കുമെങ്കിലും 'നിങ്ങൾക്ക് വേറെ പണിയൊന്നുമില്ലേ' എന്നർത്ഥത്തിലുള്ള ഓ ഓ എന്നൊരു പരികല്പന സാധ്യമാണ്. ഓച്ചിറയെക്കുറിച്ചുള്ള പരബ്രഹ്മ/ബുദ്ധ വിശ്വാസങ്ങളേയും അദ്വൈത/വിശിഷ്ടാദ്വൈതമീമാംസകളെയും കവിതയിൽ അപനിർമിക്കുമ്പോൾ അതവസാനിക്കുന്നത്

'ചരിത്രാതീതം പരബ്രഹ്മം
ചരിത്രാധീനം വിശ്വാസം
കുളമ്പ് മുരത്തു
വഴി ഇരുണ്ടു'

എന്നിങ്ങനെയാണ്. ഒരു കവിതയുടെ രണ്ട് ഖണ്ഡങ്ങളായി ചേർത്തിരിക്കുന്ന ഇവ നേരത്തെ സൂചിപ്പിച്ച പോലെ ചരിത്ര വിശ്വാസങ്ങളുടേയും ഐതീഹ്യങ്ങളുടേയും അപനിർമിതിയാണ്. അപനിർമാണത്തെ കവിതയുടെ ഘടനയിൽ നിബന്ധിക്കുന്ന ആഖ്യാനതലം സൂക്ഷ്മമായി പരിശോധിച്ചാൽ കാലത്തിന്റെ തന്നെ അപനിർമിതിയാണെന്ന് കാണാം.

കവി തന്റെ പിതാവിന്റെ മരണത്തിനു ശേഷം എഴുതിയ 'ഇലകളിൽ കാറ്റ്' എന്ന കവിതയിൽ കർക്കിടക വാവും ബലിതർപ്പണവുമൊക്കെ ചേർന്ന ആചാരങ്ങളുടെ ഒരാഖ്യാനമാണ് സ്വീകരിച്ചിരിക്കുന്നത്. മരണമുഹൂർത്തവും അസ്ഥികളെ സഞ്ചയിപ്പിച്ച് പിതൃരൂപത്തിലേക്കുള്ള പരിവർത്തനവുമൊക്കെ സൂചിപ്പിക്കുന്നതിനിടയിൽ 'ചെമ്പട്ട് ഇപ്പോൾ കലാപ വിരാമത്തിന്റെ പതാക' എന്നെഴുതി അച്ഛന്റെ ജീവിതകാല സംഘർഷങ്ങൾ കലാപ സമമായിരുന്നെന്ന് പറഞ്ഞു വെയ്ക്കുക മാത്രമല്ല അതിനെ കലാപ പ്രതീകമായ ചെമ്പട്ടിൽ സന്നിവേശിപ്പിച്ച് ചുവപ്പ് ഉയർത്തിയ വിപ്ലവബോധങ്ങളെ അവയ്ക്ക് വിരാമം വന്ന കാലികാവസ്ഥയിലേക്ക് അന്വയിക്കുകയുമാണ്.

'കറുത്ത കഥകളുടെ പടിക്കൽ
അച്ഛൻ പിൻതിരിഞ്ഞു നിൽക്കുന്നു'

എന്നും ഈ കവിതയിൽ കാണാം. ജീവിത സംഘർഷങ്ങളെ കവിതയിൽ പകർത്തുമ്പോൾ നഷ്ടമായ ജീവിതത്തിന്റെയും മരണാനന്തര ചടങ്ങുകളുടേയും വിവരണത്തിന്റെ ഘടന കവിതയിൽ ആവഹിക്കുന്നു. ഒന്നും അവസാനിക്കുന്നില്ല എന്ന സൂചനയുമായി കവിതയുടെ അവസാനം തുറന്ന് തന്നെ (Surprise ending) ഇട്ടിരിക്കുന്നതും പ്രത്യേകതയാണ്:

'കൈകൊട്ടി വിളിക്കുമ്പോൾ
പറന്നു പോയ കാക്ക
ആകാശം
മഴ
ഇലകളിൽ കാറ്റ്'...

ഇത്തരത്തിൽ സൂക്ഷ്മാഖ്യാനം നിർവഹിക്കുന്ന നിരവധി കവിതകളുണ്ട്. സംഗീത സംബന്ധമായ കവിതയ്ക്ക് അതിന്റെ ഘടന തന്നെ അവലംബിക്കുന്നതിന്റെ മികച്ച തെളിവാണ് 'നാദതനുമനിശം'. തിരുവിഴ ജയശങ്കറെന്ന നാഗസ്വര പ്രതിഭയുടെ ആലാപനത്തെ കവിതയിലേക്ക് പകർത്തുമ്പോൾ വിവിധ രാഗങ്ങളെ

ബിംബങ്ങളായും രൂപകങ്ങളായും ആവിഷ്ക്കരിക്കുന്നു. മാത്രവുമല്ല ക്ഷേത്രാചാരവുമായി ബന്ധപ്പെട്ട ഭൂപാളം മുതൽ നീലാംബരി വരെയുള്ള രാഗങ്ങളുടെ sequence തന്നെ കവിതയിലും അനുവർത്തിക്കുന്നു. ഇനി നൃത്തം വിഷയമായുള്ള കവിതയിൽ (രമ) നൃത്തത്തിന്റെ ലയ ഘടന തന്നെ സ്വീകരിക്കുന്നു.

ആഖ്യാനത്തിൽ ഇത്രമാത്രം വൈവിധ്യം പുലർത്തുന്ന ഈ കവിയുടെ ഓരോ കവിതയും വ്യത്യസ്തമാണെന്നിരിക്കെ എല്ലാ കവിതകളേയും ഇവിടെ പരിശോധിക്കുന്നില്ല. എന്നാൽ 'ഒരിടത്തൊരിടത്തൊരു' എന്ന കവിതയുടെ ആഖ്യാന തലം അപൂർവ്വതയുള്ളതാണ്. കവിതയിലെ ആഖ്യാതാവ് (Protagonist) അനിതയെന്ന ഒരു യുവതിയാണ്. അവരുടെ ഒരു സ്വപ്നമായാണ് കവിത രചിച്ചിരിക്കുന്നത്. വളരെ നാടകീയമായി തുടങ്ങുന്ന കവിതയിൽ അനുവാദം വാങ്ങാതെ ഒരു യുവതിയും ചെറിയ കുട്ടിയും അനിതയുടെ വീട്ടിനുള്ളിലേക്ക് കടക്കുന്നു. ഇത് അനൂപിന്റെ കുട്ടിയാണെന്ന് യുവതി പറയുന്നു. അനിത അവരെ തടയുന്നില്ല, അത്രയ്ക്ക് വിശാല ഹൃദയയാണ് താനെന്ന് അനിത കരുതുന്നുമുണ്ട്. അനൂപ് ഇവിടെയില്ലെന്ന് പറഞ്ഞോ എന്ന് അനിത ഓർക്കുന്നില്ല, ഏതായാലും അവർ അപ്രത്യക്ഷരായി. ഇത്രയും വളരെ നാടകീയമായി അവതരിപ്പിച്ച ശേഷം കവിതയുടെ ഗതി മാറുന്നു. കാരണം അനൂപ് വൈകിയെത്തിയപ്പോൾ അനിത ഇക്കാര്യം പറയുന്നില്ല. 'അനിതയ്ക്ക് സ്വയംമതിപ്പ് കൂടി'യത്രെ!' ഓർമയുടെ വ്യാകരണം പലവഴി കുരുങ്ങിയ കാലങ്ങൾക്കിടയിൽ അനൂപ് തന്നെ വിട്ടുപോയ അവസരങ്ങൾ അനിത ഓർത്തെടുക്കാൻ നോക്കുന്നു. പക്ഷേ കവിത ഇവിടെ നിന്ന് കാലികമായ സംഭീതാവസ്ഥയിലേക്ക് നീളുന്നു.

'ഓർമയുടെ ഭീതി ഇരുണ്ട് വരുന്നത്
ഇനി അവരെ എവിടെ
കണ്ടെത്തുമെന്നോർത്താണ്
ചരിത്രം സമാധാനമായി വരുന്നത്
എവിടെ ആരെപ്പോൾ എങ്ങനെ
നഷ്ടമാകുമെന്നോർക്കാതെയാണ്'.

തുടർന്ന് യുവതിയെ ഫെമിനിസ്റ്റ്/ആക്ടിവിസ്റ്റ്/ഗവേഷക/കഥാകൃത്ത്/കവി/പത്രപ്രവർത്തക/ചിത്രകാരി ഇങ്ങനെ ഒട്ടേറെ വ്യതിരിക്തമായ വ്യക്തിത്വത്തങ്ങളായി യുവതി സങ്കൽപ്പിക്കാൻ ശ്രമിക്കുന്നു. നേരിൽ കണ്ട ഒരു വ്യക്തിയെ ഫിക്ഷണൽ ആയി

കാണാൻ ശ്രമിക്കുകയും അതിൽ ഉത്തരം കണ്ടെത്താനാകാതെ കുഴങ്ങുകയും ചെയ്യുക വഴി ചരിത്രവും യാഥാർത്ഥ്യവും തമ്മിലുള്ള പൊരുത്തക്കേടുകൾ വ്യക്തമാക്കുന്നു. മാത്രവുമല്ല ഒരു സ്വപ്നത്തിന്റെ ആഖ്യാനരൂപത്തിൽ നിന്ന് യാഥാർത്ഥ്യങ്ങളുടെ ആഖ്യാനരൂപം സൃഷ്ടിച്ചെടുക്കുന്ന അപൂർവ്വത കവിതയുടെ ഘടനയിൽ നിബന്ധിച്ചിരിക്കുന്നു. പെണ്ണും കുട്ടിയും എവിടെ എപ്പോഴും നഷ്ടമാകുന്ന സമകാലിക യാഥാർത്ഥ്യം കവിതയിൽ ഇഴപിരിയുന്നുമുണ്ട്. എന്നാൽ കവിത അവസാനിക്കുന്നത് 'സ്വപ്നം കാണാൻ അനിത വീണ്ടും തേങ്ങി' എന്നു പറഞ്ഞു കൊണ്ടാണ്. I cried again to sleep.. എന്ന ഷേക്സ്പിയർ വാക്യമാണ് ഇവിടെ അവലംബം. അപ്പോഴാണ് ഇതുവരെ കവിതയിൽ പറഞ്ഞതെല്ലാം സ്വപ്നമായിരുന്നെന്ന് വെളിവാകുന്നത്, കാരണം കവിത തുടങ്ങുന്നത് യഥാതഥമായ ചിത്രീകരണത്തിലാണ്. പക്ഷേ തലക്കെട്ടാകട്ടെ ഒരു കടംകഥയോ കെട്ടുകഥ പോലെയോ ആണ്. ചുരുക്കത്തിൽ കെട്ടുകഥയിൽ തുടങ്ങി യാഥാർത്ഥ്യം കടന്ന് സ്വപ്നത്തിൽ എത്തുന്ന ആഖ്യാനരീതിയിൽ യാഥാർത്ഥ്യമായി പറഞ്ഞത് സ്വപ്ന ദൃശ്യമായിരുന്നെന്ന് തിരിച്ചറിയുമ്പോൾ സമകാലിക യാഥാർത്ഥ്യങ്ങൾ കൂടി സ്വപ്നമായി കാണുന്ന കാലത്തിന്റെ ക്രൂരമുഖമാണ് വെളിവാകുന്നത്.

മഴ ഈ കവിയുടെ ഒട്ടേറെ കവിതകളിൽ പ്രമേയമായി വരുന്നുണ്ട്. 'പല അർത്ഥങ്ങളിൽ പല രൂപങ്ങളിൽ പല ഭാഷകളിൽ മഴ പെയ്തിറങ്ങുന്നു' എന്ന് കവി സച്ചിദാനന്ദൻ 'രാജു വള്ളിക്കുന്നത്തിന്റെ കവിതകൾ' ക്കെഴുതിയ അവതാരികയിൽ പറയുന്നു. അതുകൊണ്ട് തന്നെ ആഖ്യാന തലത്തിൽ മഴ വ്യത്യസ്ത അനുഭവങ്ങളാണ് പ്രദാനം ചെയ്യുന്നത്. എന്നാൽ മഴ തന്നെ ആഖ്യാനം നിർവഹിക്കുകയും അത് വിരുദ്ധോക്തിയിൽ നിബന്ധിക്കുകയും ചെയ്യുന്ന ഒരു കവിതയാണ് 'ഇത് മഴയല്ല'. കാണുന്ന, അനുഭവിക്കുന്ന മഴയെ മഴയല്ലാതായി അറിയുന്നതലമാണത്. അതിനായി ചില തോന്നലുകൾ കവിതയിൽ കാണാം:

'ഇത് മഴയല്ല
മഴ പോലെ തോന്നുന്നുവെന്ന് മാത്രം'
'വെയിലേത്
മഴയേതെന്നറിയാതെ
കാലത്തോടൊപ്പം
പാഴ്ക്കിനാവ് കാണുന്നതും

ചെമ്പനീർപ്പൂവേത്
നന്ത്യാർവട്ടമേതെന്നറിയാതെ
മന്ദാരപ്പൂ കാണുന്ന പോലെ തന്നെ'.

കൂടാതെ മഴയുബന്ധപ്പെട്ട കുറെയേറെ വസ്തുതകൾ നിരത്തിയിട്ട് ഇടക്കിടെ ഇവയൊന്നും മഴയെ അടയാളപ്പെടുത്തുന്നില്ലെന്ന് സൂചിപ്പിക്കുന്നു.

'ഇതൊന്നും മഴ പോലെയല്ല
മഴയല്ലാത്തതുപോലെ'.

'മഴ പോലെയാണെന്നു മാത്രം
ഇത് മഴയല്ലാത്തതുപോലെ
മഴ പോലെ തോന്നുന്ന മറ്റെന്തോ ഒന്ന്'.

'മഴയുടെ വ്യതിയാനം
കാലവ്യതിയാനങ്ങളായി
കലഹിക്കുവാൻ പോലുമാവാതെ
തീർപ്പാക്കുന്നതും
ഇത് മഴയല്ലെന്ന് പറയുന്നു'

ചുരുക്കത്തിൽ, ഡോ. പി. എസ്. രാധാകൃഷ്ണൻ എഴുതിയതു പോലെ, മഴയാകാനാകാത്ത വിഭ്രാത്മക വിശേഷങ്ങളിലൂടെ ജൈവ തുടർച്ച നഷ്ടപ്പെട്ട വർത്തമാനകാലത്തിന്റെ അന്യതയാണ് ഈ കവിതയിൽ അടയാളപ്പെടുത്തുന്നത്. ശപ്തകാലത്തിൽ മഴയൊരു മതിഭ്രമമായി മാറുകയും ഒരു തോന്നലാകുന്നതിന്റെ വിഭ്രാന്തിയായി പരിണമിക്കുകയും ചെയ്യുന്നു.

'കരുതി വെച്ച കിനാവുകൾ പോലെ
മഴപ്പകലുകളും ഇല്ല
ശ്രുതി ഇഴ ചേർന്ന രാത്രിമഴകളും ഇല്ല
വെറും മഴയുടെ മൂടൽ മാത്രം
ഇത് മഴയല്ല
മറ്റൊന്നും ആകാത്ത പോലെ തന്നെ'

എന്ന് പറഞ്ഞാണ് കവിത അവസാനിക്കുന്നത്. മഴ അതിന്റെ അവസ്ഥകളും അവസ്ഥാന്തരങ്ങളും അനുഭൂതികളും കാട്ടി മഴയുടെ തന്നെ അഭാവത്തെ സൂചിപ്പിക്കുക വഴി സമകാലികതയുടെ അഭിശപ്തതയും ഭാവിയുടെ ഭീതിയും കവിതയിൽ ആവിഷ്ക്കരിക്കപ്പെടുകയാണെന്ന് വ്യക്തം. ശപ്തകാലത്തിന്റെ ശക്തമായ ഒരാവിഷ്ക്കാരം

'ഇടപ്പള്ളിയാണ് ഞാൻ' എന്ന കവിതയിലുൾപ്പടെ നിരവധി

കവിതകളിൽ കാണാം:

'മനസ്സിന്റെ കൊമ്പിൽ നിന്നടരുന്നു
ശപ്ത സ്വപ്നങ്ങൾതൻ കലിയുഗം'.

കാല്പനികതയെ നവീകരിച്ചുള്ള ഇത്തരം ആഖ്യാനങ്ങളോടൊപ്പം (നീലിമംഗലം, കീറ്റ്സ് വായിക്കുമ്പോൾ, വരില്ല നീയെന്നറിയുമ്പോഴും, പ്രണയംതുടങ്ങിയ മറ്റ് കവിതകളും)വിരസ ഗദ്യവും (നിന്റെ രൂപങ്ങൾ എന്റെയും) ഭാഷാ പ്രകരണവും (പുന:പരിശോധന) മറ്റും കവിയുടെ ആഖ്യാന സവിശേഷതകളായി ചൂണ്ടികാട്ടാനാവും. സംഭാഷണത്തിന്റെ ഘടന കവിതയിലെ ആഖ്യാനത്തെ ചൂഴ്ന്ന് നിൽക്കുന്നതിന് മികച്ച ഉദാഹരണമാണ് 'കേറിപ്പോടീ അകത്ത്' എന്ന കവിത. ഒരു സംഭാഷണ (ആജ്ഞ) ശകലമാണ് കവിതയുടെ തലക്കെട്ട്. കഥകളിയുടെ ശില്പഘടന (ആട്ടക്കഥയും ആട്ടപ്രകാരവും)യാണ് 'ആത്മ തർപ്പണം' എന്ന കവിതയ്ക്കുള്ളതെന്ന് കെ.ബി. പ്രസന്നകുമാർ നിരീക്ഷിക്കുന്നു.

കാലം ദേശം ഇവയ്ക്കൊപ്പം സഞ്ചാരവും അനവധി കവിതകളിൽ പ്രതിഫലിക്കുന്നുണ്ട്. അതിൽ ഏറെ പ്രാധാന്യമർഹിക്കുന്ന ഒന്നാണ് 'അകലം' എന്ന കവിത. ഇതുവരെ സൂചിപ്പിച്ച കവിതകളുടെ ആഖ്യാന സവിശേഷതകളിലാണ് ഊന്നിയതെങ്കിൽ ഈ കവിതയിൽ ഒന്നിലധികം ആഖ്യാനകേന്ദ്രങ്ങൾ ഒരുമിച്ച് വരുന്ന തലമാണ് പ്രസക്തമാകുന്നത്. കവി പി. എൻ. ഗോപീകൃഷ്ണന്റെ 'സ്ഥലവും സഞ്ചാരവും' എന്ന പഠനത്തിൽ ഈ കവിത പരാമർശിക്കുന്നതിങ്ങനെ: 'അകലം ഒരു സഞ്ചാര കവിതയാണ്. ഒരേ സമയം ഈ സഞ്ചാരം സ്ഥലത്തിലൂടെയും കാലത്തിലൂടെയുമാണ്. സ്ഥലത്തിന്റെ, പാതയുടെ തിരശ്ചീനമാനം ചരിത്രത്തിന്റെ വർത്തുളമാനവുമായി ചേർന്നുണ്ടാക്കുന്ന വിചിത്രമായ രൂപപ്രകൃതികളാണ് ഈ കവിതയിലെമ്പാടും. ചടയമംഗലത്ത് നിന്ന് ജടായുമംഗലത്തേയ്ക്കുള്ള ഈ അകലം സാമൂഹ്യ സംഭവങ്ങൾ കൊണ്ടു മാത്രമല്ല നിറഞ്ഞിരിക്കുന്നത്. പകലുകളുടേയും രാത്രികളുടേയും ആവർത്തനങ്ങളല്ലാത്ത ആവർത്തനങ്ങളാലും, ഗർത്തങ്ങളും ചതുപ്പുകളും കാട്ടുപൊന്തകളും പോലുള്ള ഭൂമിശാസ്ത്ര വ്യതിയാനങ്ങളാലുമാണ് നിറഞ്ഞിരിക്കുന്നത്. എലിയറ്റിന്റെ 'തരിശു ഭൂമിയെ' ഒരു ഉത്തര-ആധുനിക- സാമ്രാജ്യത്വ ഭാവുകത്തിന്റേതായ പരിഹാസത്തോടെ ഇക്കവിത ഉപയോഗിക്കുന്നു. 'മോഹവും ഓർമ്മയും കൂടിക്കലരുന്നു' എന്ന തരിശു ഭൂമിയുടെ വരി, ചരിത്രദുഃഖങ്ങൾ ഉറഞ്ഞ് കിടക്കുന്ന അകലം രേഖപ്പെ

ടുത്താൻ അതേപടി ഉപയോഗിക്കുന്നുണ്ട്. അതേസമയം ലണ്ടൻ പാലം പൊളിഞ്ഞു വീഴുന്നു എന്ന വരിയെ 'ഏനാത്ത് പാലം പൊളിഞ്ഞു വീഴുന്നു, പൊളിഞ്ഞ് വീഴുന്നു' എന്ന് സമർത്ഥമായി പഴയ കാലത്തെ പുതിയ കാലവുമായി ഘടിപ്പിക്കുന്നിടത്ത് പ്രയോഗിക്കുകയും ചെയ്യുന്നു.

ചരിത്രവുമായി വിച്ഛേദം നടത്തുകയെന്ന ആധുനികതയുടെ അന്തരാഗ്രഹമല്ല ഈ കവിതയിലുള്ളത്. മറിച്ച് ചരിത്രത്തെ തുടർച്ചകളായി കണ്ടെടുക്കുക എന്ന ദുഷ്കര ദൗത്യമാണ്. ഒരേ സമയം മിത്തുകളിലേക്കും വസ്തുനിഷ്ഠതയിലേക്കും എം.സി. റോഡിന്റെ വളവുകളിലേക്കും സഞ്ചരിക്കുന്ന വേരുകളാണ് ഇക്കവിതയ്ക്കുള്ളത്. മഴക്കാലത്തിന്റെയും വിഷുക്കാലത്തിന്റേയും പകൽക്കാലത്തിന്റെയും ഹിമകാലത്തിന്റെയും രാത്രികാലത്തിന്റെയും അനുഭവങ്ങളിലേക്കു പോകുകവഴി നൂറ്നൂറായിപ്പിളർന്ന സമകാലിക മനുഷ്യന്റെ ആന്തരിക അപശ്രുതി കവി കേൾക്കുന്നു.

നേരിട്ട് പറയുന്നവയാണ് രാജുവിന്റെ മിക്കവാറും കവിതകൾ. ഈ ആഖ്യാതാവ് ചിലയിടത്ത് കവിയായും ചിലപ്പോൾ ചരിത്രമായും ചിലപ്പോൾ അശരീരിയായും മാറിക്കൊണ്ടിരിക്കുന്നു. ഒറ്റ ആഖ്യാനകേന്ദ്രത്തിൽ നിന്നും ഇന്ന് കവിത എഴതുക ശരിയല്ലെന്ന് ഈ കവിയ്ക്കറിയാം. ഒരു പക്ഷേ, വ്യത്യസ്ത ആഖ്യാനകേന്ദ്രങ്ങളിലിരുന്ന് ഒരേ ജീവിതത്തെ രേഖപ്പെടുത്തുന്നതിനെയാകും സഞ്ചാരം എന്ന് നാം വിളിക്കുന്നത്. ഇതിൽ പറയുന്ന സംഭവങ്ങളും സ്ഥലങ്ങളും പുരാണങ്ങളും ഐതീഹ്യങ്ങളും ഇതിഹാസങ്ങളുമെല്ലാം ഒരർത്ഥത്തിൽ സൂക്ഷ്മമായ ആഖ്യാനകേന്ദ്രങ്ങളാണ്. ഇത്തരം സൂക്ഷ്മ ആഖ്യാനങ്ങളാൽ സമൃദ്ധമാണ് വള്ളിക്കുന്നം കവിതകളെല്ലാം തന്നെ.

കവിതയിലെ ദേശം

കവിതയിലെ ദേശം പല തലങ്ങളിൽ ചർച്ച ചെയ്യുന്നവയാണ്. ഓരോ എഴുത്തുകാരനേയും സ്വന്തം ദേശം വളരെയധികം സ്വാധീനിക്കുന്നുമുണ്ട്. എന്നു മാത്രമല്ല സ്വന്തം ദേശത്തെ എഴുതുന്നതാണ് പലപ്പോഴും എഴുത്തായി പരിണമിക്കുന്നത്. ഈ വിഷയം ഘടനാവാദാനന്തര ചർച്ചകളിൽ ഏറെ പ്രാധാന്യം നേടിയിരുന്നു. രാജു വള്ളിക്കുന്നം തന്നെ തന്റെ 'പോസ്റ്റ് കൊളോണിയൽ മലയാള കവിത' എന്ന പഠന ഗ്രന്ഥത്തിൽ ഇത് വിശദമായി പ്രതിപാദിക്കുന്നുമുണ്ട്. ദേശത്തെ എഴുതുമ്പോൾ ദേശത്തിന്റെ ചരിത്രവും മിത്തും ജനങ്ങളും കലാരൂപങ്ങളും സംഘർഷങ്ങളും പല വിധത്തിൽ കവിതയിൽ ആവിഷ്കൃതമാകും, അതോടൊപ്പം രാഷ്ട്രീയ വിശകലനത്തിൽ ദേശത്തിന്റെ സാന്നിധ്യത്തോടൊപ്പം അഭാവവും പ്രശ്നബദ്ധമാകുന്നുണ്ട്.

ദേശത്തെ എഴുതുന്നതിന് കവികൾ പലതരം സങ്കേതങ്ങൾ ഉപയോഗിക്കാറുണ്ട്. ചിത്രീകരണം, പ്രതിനിധീകരണം, ഓർമകളുടെ സന്നിവേശം, ബോധധാര രീതി, ഗൃഹാതുരത്വം, പ്രവാസദുഃഖം, നിരാകരണഭീതി, അന്യവൽക്കരണം, സ്വത്വ പ്രതിസന്ധി, പ്രാദേശിക വിനിമയ ഭാഷയും ബിംബങ്ങളും ഇവയിൽ ചിലത് മാത്രം. എന്നാൽ പോസ്റ്റ് കൊളോണിയലിസം ഒരു നിരൂപണ പദ്ധതിയായി വികസിച്ചതോടെ ദേശത്തെ എഴുതുന്നതിന് പുതിയ മാനങ്ങൾ കൈവന്നു, അതിൽ ഏറ്റവും പ്രധാനം എഡ്വേഡ് സെയ്ദിന്റെ നിരീക്ഷണങ്ങളാണ്. ഒരു കൊളോണിയൽ ഭരണത്തിന് കീഴിൽ കോളനിവൽക്കരിക്കപ്പെട്ട ദേശത്തെ ജനങ്ങൾക്ക് അവരുടെ ദേശവും ഭാഷയും സംസ്കാരവും നഷ്ടമാവുകയും അടിച്ചേൽപ്പിക്കപ്പെട്ട പലതും സ്വീകരിക്കേണ്ടതായും വരുന്നു. അപ്പോൾ സ്വന്തം ദേശവും ഭാഷയും വീണ്ടെടുക്കുന്നത് എഴുത്തിലൂടെയും കലാവിഷ്കാരങ്ങളിലൂടെയുമാണെന്ന് സെയ്ദ് നിരീക്ഷിക്കുന്നു. ഈ കവിയുടെ തന്നെ 'ആത്മതർപ്പണം' എന്ന കവിത മഹാബലി പു

രാവൃത്തം പുരസ്ക്കരിച്ച് എഴുതിയതാണ്. മോക്ഷ പ്രാപ്തിയായി കരുതുമ്പോഴും അതിൽ ആനന്ദം കണ്ടെത്തുമ്പോഴും മഹാബലി യുടെ സ്വന്തം ദേശം മനോമുകുരത്തിൽ മിഴിവോടെയുണ്ട്.

'സ്വർഗപാതാളങ്ങൾ കൂടി അടക്കിഭരിച്ചിട്ടും
ഇഷ്ടദേശത്തിൽ മാത്രം മാവേലി കഴിഞ്ഞുള്ളൂ
കർത്ത്യ കർമം ക്രിയ ഒക്കെയുമൊരു ദേശം
സ്വപ്നവും സ്മരണയും പൊരുളുമതേദേശം'.

എന്നാൽ കടുത്തുരുത്തി എന്ന ചിരപുരാതനത്വം വർത്തമാന കാലത്തും പ്രതിബിംബിക്കുന്ന ദേശത്തെക്കുറിച്ചെഴുതിയ' സന്ദേ ശകാവ്യങ്ങൾ ഇനിയില്ല' എന്ന കവിതയിൽ ദേശത്തിന്റെ പൂർവ്വ ചരിത്രവും 'ഭൂമിശാസ്ത്രവും കാലിക ബിംബങ്ങളിലും രൂപകങ്ങ ളിലൂടെയുമാണ് വെളിവാക്കുന്നത്. ഉണ്ണുനീലി സന്ദേശകാവ്യത്തി ൽ നിന്നാണ് ഇവ ഈ കവിതയിൽ ഇതൾ വിടർത്തുന്നത്.

'കടുത്തുരുത്തി കരയും കടലുമല്ല
കടൽക്ഷോഭങ്ങളുടെ വികാരമല്ല
കടൽ വെള്ളം ചുണ്ടു നനയ്ക്കുന്ന ചരിത്ര സമ്മർദ്ദമല്ല
കടലിൽ കളയിലും അളന്നു കളയണമെന്ന പഴഞ്ചൊല്ലുമല്ല
പക്ഷേ കടൽക്കാറ്റേറ്റ് നടക്കുകയാണ് പകലുകൾ
കരക്കാറ്റേറ്റ് പനിക്കുകയാണ് രാത്രികൾ
തിരയെണ്ണുന്ന വ്യർത്ഥത പോലെ ദിനങ്ങൾ
സമയം പോക്കുകയാണ്
കടൽച്ചൊരുക്കം പൂണ്ടതാണ് ആധികൾ
കടലിൽ കുളിച്ച പോലെ മഴ നനയും
കുട്ടികൾ കളിവള്ളങ്ങളിൽ കടലു തേടിപ്പോകും
വൻകരകൾ കണ്ടെത്തുന്നതുപോലെ കല്ലുകൾ
പെറുക്കിയെടുക്കും
കടലെടുത്തതായി ക്ഷാമസമസ്യകൾ
ദീർഘക്ഷമകൾ കടലിന്റെ ആഴങ്ങളാണ്
കപ്പലോട്ടക്കാരുടെ കഥകൾ കേട്ട്
കുഞ്ഞുങ്ങൾ ഉറങ്ങും
കടലമ്മയുടെ വരദാനങ്ങൾ
കടൽക്ഷോഭങ്ങളുടെ ദുരിതങ്ങൾ
കടൽ കാണുന്ന പോലെ പ്രണയം
കടലേറുന്ന സംഭോഗം
കടൽ നിറഞ്ഞ പോലെ സാരമതി

കടൽ വിളിച്ചപോലെ മരണം
കടലിളക്കം പോലെ ക്ഷീരസാഗര...
കടലുകളിലെ രഹസ്യം പോലെ
ജടധാരിയാം മഹാദേവൻ
കടൽ ദേവതയുടെ കിരീടം പോലെ സൂര്യൻ
കടൽ തഴുകുന്ന ഉടൽ പോലെ ഉണ്ണുനീലി'

ഈ സൂചനകളെല്ലാം കടന്തേരിയെന്ന പൂർവ്വകാലത്തെ തുറമുഖ പട്ടണത്തിന്റെ ശേഷിപ്പുകളാണ്. ദേശം കവിതയിൽ പൂർവ്വ ദേശത്തിന്റെ ഓർമകളുമായി കെട്ടുപിണയുന്ന ഓർമകളുടെ സന്നിവേശം രചനയുടെ പ്രത്യയ ഘടനയെ സ്വാധീനിക്കുന്ന രീതി കവിതയിൽ സാധാരണമാണ്. മലയാളത്തിൽത്തന്നെ ഇതിന് നിരവധി നിദർശനങ്ങളുണ്ട്. പ്രവാസാനുഭവങ്ങളിൽ ഇത് അന്യവൽക്കരണത്തിന്റെയും ഗൃഹാതുരത്വത്തിന്റെയും സ്വത്വ പ്രതിസന്ധിയുടേയും തലങ്ങൾ കൂടുതലായി ഉന്നയിക്കപ്പെടും. രാജു വള്ളിക്കുന്നം സ്വന്തം ദേശമായ വള്ളികുന്നം വിട്ട് വ്യത്യസ്ത ഭൂപ്രകൃതിയും സംസ്കാരവുമുള്ള കോട്ടയത്ത് താമസിക്കുന്നയാളാണ്. (സ്വന്തം പേരിനൊപ്പമുള്ള വള്ളിക്കുന്നം ജന്മദേശമായ വള്ളികുന്നമല്ലെന്നും അത് അദൃശ്യമായ മറ്റൊരു ദേശമാണെന്നും ഈ കവി ഒരിക്കൽ എഴുതിയതോർക്കുന്നു). എന്നാൽ വള്ളികുന്നം നാല് കവിതകളിൽ നേരിട്ടും മറ്റ് ചിലതിൽ വേറിട്ട രീതിയിലും ആവിഷ്കരിക്കപ്പെട്ടിട്ടുണ്ട്. 'കോട്ടയം കാലം' എന്ന സമാഹാരത്തിൽ ആ പേരിൽ ഒരു കവിതയില്ലെങ്കിലും സാംസ്ക്കാരികവും സാമൂഹികവും രാഷ്ട്രീയവുമായ ഒട്ടനവധി വഴികൾ കൂടി വരുന്ന കോട്ടയത്തിന്റെ സ്വരമണ്ഡലമോ സമയമണ്ഡലമോ ആവിഷ്കൃതമാകുന്ന കോട്ടയം കാലകവിതകൾ സവിശേഷമാണെന്ന് നിരൂപകൻ കെ. ബി. പ്രസന്നകുമാർ അഭിപ്രായപ്പെട്ടിട്ടുണ്ട്. അദ്ദേഹം എഴുതുന്നു: 'വിഭിന്നമായ ഘടനകളും ഭാവതലങ്ങളും ഉൾക്കൊള്ളുന്ന ഈ കവിതകൾ passive ആയ ഒരു കാലത്തിന്റെ പ്രതികരണങ്ങളിലേക്ക് മാറി നിൽക്കുന്നവയാണ്. കോട്ടയം കാലം എന്നൊരു കവിത ഇതിലില്ല. കോട്ടയത്തിന്റെ കാലം മറ്റൊന്നാണ്. അത് നിങ്ങളെ പിടിച്ചിട്ട് കുലുക്കുകയില്ല. അതിൽ തലശ്ശേരി ഒരിക്കലും സംഭവിക്കുകയില്ല. അതിനൊരു സാക്ഷി സമയമാണുള്ളത്. എന്നാൽ അതിൽ അനേകം വ്യത്യസ്തതകൾ ലയിച്ചുചേരുന്നു. വേമ്പനാട് കായലിനും കിഴക്കൻ മലനിരകൾക്കുമിടയിലെ ഇടഭൂമിയായ കോട്ടയം ചില നിർമമത്വങ്ങളും നിഷ്പന്ദങ്ങ

ളും ശീലിച്ചിട്ടുണ്ട്. അതേ സമയം കായലോളങ്ങളിലെ കാറ്റും മലകളുടെ ഗൗരവവും അറിയുന്നുണ്ട്. എന്നാൽ പ്രതികരണങ്ങളിൽ ചില അലസതകളും മൗനവും കോട്ടയം കരുതി വയ്ക്കുന്നു'. കവിയുടെ ദേശം കവിതയിൽ ആവിഷ്കരിക്കപ്പെടുന്നതിന്റെ മറ്റൊരു തലമാണ് ഈ കവിതകളിലെന്ന് വ്യക്തം.

എന്നാൽ വള്ളികുന്നം എന്ന ദേശം അതിന്റെ ചരിത്രദുഃഖങ്ങളുമായി പ്രമേയമാകുന്ന കവിതകളിൽ ദേശചരിത്രത്തെ പുനർനിർണയിക്കുവാനും അതുവഴി കവിതയെത്തന്നെ നവീകരിക്കുവാനും കവി ശ്രമിക്കുന്നുണ്ട്. വള്ളികുന്നത്തെ കമ്യൂണിസ്റ്റുകാർ, മുറിവുകൾ, വള്ളികുന്നത്ത് വീണ്ടും അഥവ ലോഗൗട്ട്, ഋതു സംക്രമം. ഇവയിൽ ആദ്യ കവിത കവിക്ക് ലേശം പ്രശ്നമുണ്ടാക്കിയിട്ടുണ്ട്. സാംസ്ക്കാരികമായി വള്ളികുന്നത്ത് നിന്ന് കവിയെ തിരസ്ക്കരിക്കാൻ 'ഇരു കമ്മ്യൂണിസ്റ്റ് പാർട്ടികൾ തീരുമാനിച്ചിടത്തോളം' അത് നീണ്ടു. അതിനെക്കുറിച്ച് കവി തന്നെ എഴുതിയിട്ടുണ്ട്:

'വള്ളികുന്നത്തെ കമ്യൂണിസ്റ്റുകാർ എന്ന എന്റെ കവിത കമ്യൂണിസ്റ്റ് വിരുദ്ധമെന്ന് ഏറെ തെറ്റിദ്ധരിക്കപ്പെട്ട ഒന്നാണ്. സത്യത്തിൽ സോവ്യറ്റ് റക്ഷ്യയുടെ പതനകാലത്ത് അതെങ്ങനെ വള്ളികുന്നത്തെ പാവങ്ങളായ കമ്യൂണിസ്റ്റുകാരെ സ്വാധീനിച്ചു എന്നതിന്റെ പ്രതിഫലനമാണീ കവിത. അവർക്ക് സഹിക്കാനായില്ല, അവർ അലറി വിളിച്ചു നടന്നു. എന്താകും അതിന്റെ കാരണം? പ്രത്യയശാസ്ത്രത്തെ തെറ്റായ രീതിയിൽ അതി കാല്പനികതയിൽ മുക്കി പ്രചരിപ്പിച്ച് അതിൽ മയങ്ങിയ ഒരു ജനതയ്ക്ക് ലോകമെമ്പാടും ഈ പ്രത്യയശാസ്ത്രം തകർന്നടിയുന്നത് സഹിക്കുവാനായില്ല. വലിയ ഭൂപ്രഭുക്കളോ ജന്മികളോ കുത്തകകളോ ഇല്ലാതിരുന്ന ഒരു ഗ്രാമത്തിൽ ഇടത്തരം കൃഷിക്കാരെയും കച്ചവടക്കാരേയും കടുത്ത ബൂർഷ്വാകളാക്കി ചിത്രീകരിച്ച് അവർക്കെതിരെ വർഗസമരം നയിച്ച ചരിത്രമാണ് ഈ നാടിന്റേത്. പ്രത്യയശാസ്ത്ര പ്രചരണത്തിനായി നാടകകാരൻ കൂടിയായ തോപ്പിൽ ഭാസി കണ്ടെടുത്ത ചില കോഡുകളായിരുന്നു ഇവ. നാടിന്റെ സംസ്ക്കാര പാരമ്പര്യത്തേയും ആധ്യാത്മിക വിചാരങ്ങളേയും ആരാധനാക്രമങ്ങളേയും തകർക്കാൻ ഉതകുന്ന പ്രചരണങ്ങൾ ഭാസിയും കൂട്ടരും നടത്തി'. 'വള്ളികുന്നത്തിന്റെ ചരിത്ര ദുഃഖങ്ങൾ' എന്ന നീണ്ട ലേഖനത്തിൽ രാജു വള്ളിക്കുന്നം തന്നെ ഇത് വിശദമായി ചർച്ച ചെയ്യുന്നുണ്ട്. ഈ കവിതയിൽ തെറ്റായ വിപ്ലവ പ്രചരണങ്ങളെ മുൻനിർത്തി ചരിത്രദുഃഖങ്ങളെ ആവിഷ്ക്കരിക്കുകയാണ്. ചില ഉദാഹ

രണങ്ങൾ:

'വിരുദ്ധന്മാരുടെ കൂരകൾ കത്തിച്ച്
വർഗശത്രുവിനെ തിരിച്ചറിഞ്ഞ ഉള്ളിവാസുവും'
.....
'ഇൻക്വിലാബ് വിളിച്ച തമ്പ്രാക്കളെ
അന്തിയുറക്കിയ പുലയികളും'
....
'ഒരേക്കർ കൃഷിക്കാരനെ
ജന്മിയാക്കിയ ഗാഥകൾ
ഒരേറുകാളക്കാരനെ
തൊഴിലുടമയാക്കിയ കാഹളം
വർഗസമരത്തിന്റെ വോട്ടുകൾ
പെട്ടിയിലാക്കിയ ഭൗതികവാദം'
....
'ഉത്സവത്തിന്റെ അരങ്ങുകളിൽ
പരമുപിള്ള ചെങ്കൊടി പൊക്കിയതും
വസന്തക്കിനാവുകൾ കൈയ്യടിച്ചതും
ഒരു കുളത്തിലെ മീൻ പിടിക്കാൻ
എട്ടു പോലീസുകാരെ വെട്ടിക്കൊന്നതും
ഒരു വയലിലെ നെല്ലു കൊയ്യാൻ
എണ്ണൂറ് കുടുംബങ്ങളെ കുടിയൊഴിച്ചതും'
....
പടിക്കലെത്തിയ വിപ്ലവം
ഗാനമായ് നീണ്ടപ്പോൾ
പടി കടന്നുപോയത്
സന്ധ്യാ ലക്ഷ്മീ കീർത്തനം'.

പറന്നുപോകുന്ന കാക്കയുടെ നിറം ചുവക്കാത്തതിലും കടലിൽ നിണം കലർന്ന് നിറം ചുവക്കാത്തതിലും വേപഥുകൊള്ളുന്ന ഒരു ജനതതി ഇടവപ്പാതിയുടെ തണുത്ത രാത്രികളിൽ റഷ്യയിൽ ചൂടാണെന്നറിഞ്ഞ് ചുട്ടുപൊള്ളുന്നതായി കവിതയിൽ പറയുന്നു. ഇവിടെ വിപ്ലവ പ്രവർത്തനങ്ങൾക്ക് മുൻപുള്ള ദേശവും അതിന് ശേഷമുള്ള ദേശവും ചേർത്തുവെച്ചുള്ള ഒരാവിഷ്ക്കരണമാണ് കവിതയിൽ. നഷ്ടമായ ദേശ സംസ്കൃതിയെ പുനരാനയിക്കുകയല്ല കവിതയുടെ ലക്ഷ്യം, മറിച്ച് ദേശം അതിന്റെ പാരമ്പര്യത്തികവുകളോടെ നഷ്ടമായ അവസ്ഥ സൂചിപ്പിക്കുകയാ

ണ്. ഒരു പ്രത്യയശാസ്ത്ര തകർച്ചയെ വള്ളികുന്നമെന്ന ഒരു ഗ്രാമത്തിലെ ഏതാനും സൂചനകളിലൂടെ ആവിഷ്ക്കരിക്കുന്ന അപൂർവ്വ ചാരുതയുള്ള ഈ രചന കവിതയുടെ രാഷ്ട്രീയം അതിന്റെ ഭാഷ കണ്ടെത്തുന്നതിനുള്ള ഉദാത്തമാതൃക കൂടിയാണ്. കവിത അവസാനിക്കുന്നതാകട്ടെ,

'മരവിച്ച എന്റെ ഗ്രാമത്തെ
വിപ്ലവം കൈയ്യൊഴിഞ്ഞുവോ
വരണ്ട വേനൽക്കാറ്റിൽ

എന്റെ ചോദ്യമലിഞ്ഞുവോ എന്ന് ചോദിച്ചു കൊണ്ടാണ്. കമ്മ്യൂണിസ്റ്റ് പ്രത്യയശാസ്ത്രം ഒരു ബൃഹദാഖ്യാനമാണ് (meta narrative) അതിന് ബദലായി അതിന്റെ അനുഭവ യാഥാർത്ഥ്യങ്ങളെ സൂക്ഷ്മാഖ്യാനങ്ങളായി (micro narrative) നിബന്ധിക്കുന്നതാണ് ഈ കവിതയുടെ പ്രത്യേകത. കാടും നാടുമിളക്കി പരത്തി പറഞ്ഞ് ബഹളമുണ്ടാക്കി വായിത്തോന്നുന്നതെല്ലാം അടിച്ചേൽപ്പിക്കാൻ ശ്രമിക്കുന്ന മലയാള സാംസ്കാരികതയ്ക്ക് സൂക്ഷ്മ നിർണയങ്ങളുടെ ഈ കവിത ഉൾക്കൊള്ളാനായില്ലെന്നത് കവിതയുടെ കുഴപ്പമല്ല. വള്ളികുന്നത്തെ കമ്യൂണിസ്റ്റ് പ്രവർത്തനങ്ങളിൽ നിന്ന് ഏതാനും ഏടുകൾ അടുക്കിയെടുത്ത മറ്റൊരു കവിതയാണ് 'മുറിവുകൾ'. ഈ കവിത ഭാഷാപോഷിണിയുടെ കവിതാപ്പതിപ്പിൽ പ്രസിദ്ധീകരിച്ചപ്പോൾ കവി തന്നെ ഒരു സാധൂകരണം ആമുഖമായി എഴുതിയിരുന്നു. അതിൽ പറയുന്നത് ഈ കവിത 'വള്ളികുന്നത്തെ കമ്മ്യൂണിസ്റ്റ്കാർ' എന്ന കവിതയുടെ ഒരു തുടർച്ച (Sequel) യാണെന്നാണ്. ആദ്യ കവിത മൂലം പ്രശ്നത്തിലായവർക്കൊരു സാന്ത്വനമാകട്ടെ എന്നാശിച്ചുവെന്ന് കവി പറഞ്ഞിരുന്നു. പക്ഷേ ഇതിൽ ഇതൾ വിടർത്തിയ ഗതകാലത്തിന്റെ ഏടുകൾ അവരെ കൂടുതൽ വിഷമി ത്തിലാക്കിയെന്നാണ് അറിഞ്ഞത്. 'ഓർമകൾ ഇപ്പോൾ ദുഃഖങ്ങളല്ല്' എന്ന് തുടങ്ങുന്ന കവിത:

'ദുഃഖങ്ങളായല്ല ഓർമകൾ മുറിവിന്റെ
നൃത്തങ്ങളായ് മെയ്‌വഴക്കങ്ങളാകുന്നു
വഴങ്ങാത്തതെല്ലാം മുറിപ്പാടിന്റെ നഷ്ടം'

'ഓർമകളിപ്പോൾ ദുഃഖങ്ങളേയല്ല്' എന്ന് പറഞ്ഞു കൊണ്ടാണ് അവസാനിക്കുന്നത്. ഇതിനിടെ കുന്തമുന കൂർപ്പിച്ച പ്രത്യയശാസ്ത്ര ചിന്തകൾ സൃഷ്ടിച്ച ചോരയുടെ പോർ വഴി നീളേ പൊഴിഞ്ഞത് നോവിന്റെ കണ്ണനീരായിരുന്നു എന്ന് സൂചിപ്പിക്കുന്നുണ്ട്. വിപ്ലവാഹ്വാനങ്ങൾ തകർത്തെറിഞ്ഞ സൂക്ഷ്മാഖ്യാനങ്ങളാ

യി ഈ കവിതയും പരിണമിച്ചു. ചരിത്രം മുറിപ്പാടുകളായി മാറിയത് നീറുന്ന വൈയക്തികാനുഭവ മായിത്തീർന്നെന്ന് സാരം.

'വള്ളികുന്നത്ത് വീണ്ടും അഥവ, ലോഗ്-ഔട്ട്' എന്ന കവിത ദേശത്തെ, ദേശത്തിന് വെളിയിൽനിന്ന് അനുഭവിക്കുന്ന തലമാണ് സംജാതമാക്കുന്നത്. അതുകൊണ്ടാണ് വള്ളികുന്നത്ത് വീണ്ടുമെത്തുമ്പോൾ സ്വയം ലോഗ്-ഔട്ടായിപ്പോകുന്ന അനുഭവമുണ്ടാകുന്നത്. ഇത് ഉളവാകുന്നതെങ്ങനെയെന്ന് കാണുക രസാവഹമാണ്:

'ഒരു തിരിച്ചു പോക്കായല്ല ഞാൻ
വള്ളികുന്നത്ത് വീണ്ടും പോയത്'
'പോവുകയും തിരികെ വരികയും
ചെയ്യുന്നതിനിടയിൽ
കാലം കുറേശ്ശെയായി ഇല്ലാതാകുന്നുവെന്ന്
ആദ്യമൊക്കെ തോന്നിയിരുന്നു
പിന്നീടാണറിഞ്ഞത്
കാലദൈർഘ്യം ഏറി വരികയാണെന്ന്'

തുടർന്ന് കവിതയിൽ വള്ളികുന്നത്തെ തന്റെ പഴയകാല ജീവിതത്തിലെ ഏതാനും എടുകൾ episodeകൾ പോലെ നിരത്തി അവയെ പരിഹാസപൂർവ്വം അരിഞ്ഞുകളയുകയാണ്.

'ഞാനൊരു പുരാവസ്തുവല്ല', 'ഞാനൊരു നാട്ടിൻപുറത്ത് കാരനല്ല', 'ഞാനൊരു കാൽനടക്കാരനല്ല', 'ഞാൻ പഴയ സൈക്കിൾ സഞ്ചാരിയല്ല' എന്നിങ്ങനെയാണ് അവ നീളുന്നത്. ഇതിൽ കവിത അതിന്റെ രാഷ്ട്രീയം കണ്ടെത്തുന്നത് വൈയക്തികാനുഭവങ്ങളുടെ അയവിറക്കലിലും അവയുടെ തിരസ്ക്കാരങ്ങളിലൂടെയുമാകുമ്പോൾ വ്യക്തിപരമായത് രാഷ്ട്രീയമാണ് (personal is political) എന്നൊരു ചിന്താപദ്ധതിയിലാണ് ഇത് പടുത്തുയർത്തിയിരിക്കുന്നതെന്ന് വ്യക്തം. ഇത് നാടിനെ വഞ്ചിച്ച വിപ്ലവ കാല്പനികതയുടെ തലത്തിലും കവിതയിൽ കാണാം.

'എല്ലായ്പ്പോഴും പരാജയപ്പെട്ട്
നിശ്വാസമടക്കി നോക്കി നിൽക്കാൻ
ഞാൻ കൃഷിക്കാരന്റെ പഴയ മകനല്ല
കാർഷിക സമരങ്ങളുടെ വിളനിലങ്ങൾ
നോക്കി
ചരിത്രം അയവിറക്കാൻ
'ഞാനൊരു കാല്പനികനുമല്ല' എന്നെഴുതിക്കൊണ്ട് തന്റെ ദേ

ശത്തെ വിപ്ലവ വായാടിത്തങ്ങളെല്ലാം വെറും കാല്പനിക ഭ്രമങ്ങ ളായിരുന്നുവെന്ന് സമർത്ഥിക്കുകയും ചെയ്യുന്നു. 'ഋതു സംക്രമം' എന്ന കവിതയിൽ വള്ളികുന്നത്ത് ഋതുക്കൾ ഒരുമിച്ചാണ് വരിക യെന്ന് പറഞ്ഞിട്ട്, ഈ ഋതു സംക്രമം വിപ്ലവത്തിന്റെ കാല്പനിക ഭ്ര മങ്ങൾ തന്നെയാണ് പകരുന്നതെന്ന് തുറന്ന് പറയുന്നു. ദേശത്തെ ക്കുറിച്ചുള്ള മറ്റ് കവിതകളിൽ നിന്ന് ഈ കവിത വ്യത്യസ്തമാകു ന്നത് അത് ദേശത്തിന്റെ ചരിത്രവും രാഷ്ട്രീയവും ദേശത്തിന്റെ ഋതുസംക്രമത്തിലൂടെ ആവിഷ്കരിക്കുന്നു എന്നതിനാലാണ് .

'രാത്രികളിൽ ഓർമകൾ പോലെ
വീശുന്ന ഉഷ്ണക്കാറ്റും.
പൊടുന്നനെ മഴ
ആരൊക്കയോ മറ്റാരെയൊക്കയോ
തേടിപ്പോകുന്ന കാൽപ്പെരുമാറ്റം'
'ഓടിപ്പോയവർ അകലെ
ദേശങ്ങളിൽ നിന്നുള്ളവരാകും'

ഇങ്ങനെ കവിയുടെ ദേശം വ്യത്യസ്ത ആവിഷ്ക്കാരങ്ങൾ തേടുന്ന ഈ കവിതകൾക്ക് പുറമെ മറ്റ് നിരവധി കവിതകളിൽ അത് ഒളിഞ്ഞും തെളിഞ്ഞും പ്രത്യക്ഷപ്പെടുന്നുണ്ട്. ഒരു തരത്തി ലും ദേശത്തെ ഗൃഹാതുരത്വത്തോടെ തേടുന്നവയല്ല ഈ കവിത കൾ, മറിച്ച് ദേശമെന്നത് എഴുത്തിന്റെ തന്നെ ഭൂമിക തീർക്കുക യും അതിന്റെ വൈവിധ്യമാർന്ന പ്രതിഫലനങ്ങളിലൂടെ കാവ്യഘ ടന തന്നെ രൂപപ്പെടുകയും, അർത്ഥപരിഗണ നകൾക്കപ്പുറത്ത് കവിത അപ്പാടെ വായനക്കാരിൽ സന്നിവേശിക്കുകയാണ്.

ഭാഷാ കവിത

ഭാഷാ കവിത (Language Poetry) എന്ന് ഈ പഠന ഭാഗത്തിന് പേരിടുമ്പോൾ അത് ഉയർത്തുന്ന പ്രധാന ചോദ്യം ഏത് കവിതയും ഏതെങ്കിലും ഒരു ഭാഷയിലല്ലേ രചിക്കപ്പെടുക എന്നതാണ്. അപ്പോൾ ഭാഷാ കവിത എന്ന് പ്രത്യേകം പറയുന്നതെന്തിന്? ഭാഷാപ്രകരണമായി മാത്രം കവിതയെ കാണുന്ന ഈ തലം മലയാളത്തിൽ വേറൊരു വിധത്തിൽ പ്രവർത്തിച്ചിരുന്നു. കൊടുങ്ങല്ലൂർ കുഞ്ഞുക്കുട്ടൻ തമ്പുരാന്റെ നേതൃത്വത്തിലും ആഹ്വാനത്തിലും 'പച്ച മലയാളം' എന്നയൊരു പ്രസ്ഥാനമായിരുന്നു അത്. സംസ്കൃതബദ്ധമായ ഘടന ഉപേക്ഷിച്ച് മലയാള ഭാഷയിലെ വാക്കുകളും പ്രയോഗങ്ങളും മാത്രം ഉപയോഗിച്ച് കവിത എഴുതുവാനുള്ള ശ്രമം. പക്ഷേ മലയാള പദങ്ങളും പ്രയോഗങ്ങളും മാത്രമുപയോഗിച്ച് കവിത എഴുതാനാവില്ലയെന്ന് വന്നതോടെ ഇത് ഉപേക്ഷിക്കപ്പെട്ടു. ലിപിയിലുള്ള ഭാഷ ഉപയോഗിക്കാതെ, പണ്ട് ചിത്ര കവിത എന്നൊരിനം പ്രചാരത്തിലുണ്ടായിരുന്നു. ചിത്രങ്ങളുടേയും രേഖകളുടേയും ആലേഖനത്തിലൂടെ ഒരു കവിത എഴുതുക എന്നതാണ് ആ രീതി. തിരിച്ച്, ചിത്രങ്ങളിൽ അക്ഷരങ്ങളും (Alphabets) മറ്റ് പ്രതീകങ്ങളും മുദ്രകളും രേഖപ്പെടുത്തി ആശയസമ്പുഷ്ടത വരുത്തുന്ന ചില ക്രമങ്ങളുമുണ്ട്. കെ. സി. എസ് പണിക്കരുടെ ചില പെയ്ന്റിംഗുകൾ ഇതിന് മികച്ച ദൃഷ്ടാന്തങ്ങളാണ്. എന്നാൽ ഭാഷാ കവിത എന്ന, ലോകമെമ്പാടും പ്രചാരത്തിലെത്തിയ, ഏറ്റവും പുതിയ കവിതാ രീതിയിൽ എല്ലാ ആലങ്കാരികതകളും ഉപേക്ഷിച്ച് കവിതയിലേക്ക് നേരിട്ട് കടക്കുക എന്നതാണ് രീതി. അവിടെ ബിംബങ്ങളും രൂപകങ്ങളും പുരാവൃത്തപരാമർശങ്ങളുമെല്ലാം ഉപേക്ഷിക്കപ്പെടുന്നു. ഭാഷയുടെ തനിമയിലേക്ക് കവിത ഇവിടെ കവാടമാകുന്നു. അതായത് ഭാഷയുടെ പ്രകരണ സവിശേഷത മാത്രം ഉപയോഗിക്കപ്പെടുന്നു. മലയാളത്തിൽത്തന്നെ അയ്യപ്പപ്പണിക്കരുടെ 'കിണർ', ഡി.വിനയചന്ദ്രന്റെ 'കാട്' എന്നിവ മികച്ച

ച്ച ഉദാഹരണങ്ങളാണ്. ഇതിൽത്തന്നെ അയ്യപ്പപ്പണിക്കർ കവിത ഏറെ തിളങ്ങി നിൽക്കുന്നുണ്ട്. രാജു വള്ളിക്കുന്നത്തിന്റെ 'പുന: പരിശോധന' ഈ ഗണത്തിൽ മുന്നിട്ട് നിൽക്കുന്നു.

'പുന:പരിശോധന' എന്ന കവിത പൂർണമായും പറയുന്നതിനെക്കുറിച്ചാണ്. പറയുക എന്നത് ഭാഷയുടെ പ്രധാനരൂപമാണ്, അഥവ പ്രാഥമികമാണ്. ഭാഷാശാസ്ത്രത്തിൽ ഘടനാവാദത്തിന് (structuralism) തുടക്കം കുറിച്ച ഡി സൊഷൂർ (Ferdinand deSaussure) ന്റെ വാദമനുസരിച്ച് ഒരു വാക്ക് എന്നത് ശബ്ദവും അർത്ഥവും ചേർന്നതാണ്. അവിടെ ശബ്ദത്തിനാണ് പ്രാധാന്യം, കാരണം വചനമാണ് ആദ്യമുണ്ടായത്. അപ്പോൾ വചന കേന്ദ്രീകൃതമാണ് (phonocentric) ഭാഷ. അങ്ങനെ വരുമ്പോൾ ഈ കവിതയിലെ പറയുക എന്ന ഉദ്യമത്തിന് തടസ്സങ്ങളുണ്ടാകേണ്ടതില്ല. എന്നാൽ കവിതയിലുടനീളം പറച്ചിലിന് (ശബ്ദത്തിന്) പല മാതിരി തടസ്സങ്ങൾ നേരിടുന്നു. അതിന്റെ കാര്യകാരണങ്ങളൊന്നും കവിതയിൽ പറയുന്നുമില്ല.

'പറയുക
അഥവ, പറയാതിരിക്കുക
അല്ലാതെ, ഇങ്ങനെ
പറഞ്ഞും പറയാതെയും
പറയാമോ എന്നൊക്കെ പറഞ്ഞും
പറയാഞ്ഞത് എന്ന് ചുമച്ചും
പറഞ്ഞത് തന്നെയെന്ന് പരുങ്ങി
പറയുന്നത് എന്ന് ചുമ്മാ ചിരിച്ച്
അതേ,
അതുകൊണ്ട് പറയുക
അഥവ പറയാതിരിക്കുക'. തുടർന്ന് പറയാതിരിക്കുന്നതിന് നിരത്തുന്ന ചൊല്ലുകൾ പോലെയുള്ള ഒഴിവ് കഴിവുകളാണ് കവിതയിൽ. 'പറഞ്ഞ വാക്കും എറിഞ്ഞ കല്ലും എന്നൊക്കെ പഴഞ്ചൊല്ല് പറഞ്ഞും', 'പറയുമ്പോൾ എല്ലാം പറയണമെന്ന് പറയാതെ ഒഴിവുകൾ നിരത്തി' 'പറയുകയല്ല മറിച്ച് ചെയ്യുകയാ എന്ന് പറയാൻ ശ്രമിപ്പവരെ തടഞ്ഞ്' ഈ വിധത്തിൽ പറയാതിരിക്കുന്നതിനുള്ള ഉപായങ്ങളാണ് കവിതയിൽ. പക്ഷേ ആഖ്യാതാവിന്റെ നിർദ്ദേശം കവിതയിൽ പിന്നീട് വ്യക്തമാകുന്നുണ്ട്. അതിങ്ങനെയാണ്:

'ഉപമ പറയാതെ
കാര്യങ്ങൾ പറയുക

ഉത്പ്രേക്ഷ ചമയ്ക്കാതെ
സത്യങ്ങൾ അറിയുക'.

യഥാർത്ഥത്തിൽ ഈ നിർദ്ദേശത്തിൽ ഭാഷാ കവിതയ്ക്കുള്ള സാധൂകരണം കൂടിയുണ്ട്. അതായത് ഉപമയും ഉത്പ്രേക്ഷയും പറയാതെ സത്യങ്ങൾ പറയുക. ഭാഷയാണ് യാഥാർത്ഥ്യമെന്ന സൊഷുറിയൻ ചിന്തയും ഇവിടെ പര്യാലോചനയ്ക്ക് വരുന്നുണ്ട്. പറയുന്നതിന് എന്താണ് തടസ്സമെന്നും കവിതയിൽ ആരായുന്നുണ്ട്. പറഞ്ഞത് പിന്നെയും പറഞ്ഞതുകൊണ്ടും പറയാത്തത് പിന്നെയും പറയാതിരിക്കുന്നതുകൊണ്ടു കുഴപ്പമില്ലെന്നും, എന്നാൽ പറഞ്ഞാൽ തകരുന്ന പൊയ്മുഖവും പറയാതിരുന്നാൽ കൈവരുന്ന പൊയ്മുഖവും തമ്മിലുള്ള വ്യത്യാസം ഭാഷയ്ക്കപ്പുറത്തേക്കും നീളുന്നുണ്ട്. അല്ലെങ്കിൽ ഭാഷയുടെ യാഥാർത്ഥ്യ നിബന്ധനത്തിലൂടെ അവ വെളിവാക്കപ്പെടുന്നുണ്ട്. പറഞ്ഞെന്ന് കരുതി ആരും പിണങ്ങിപ്പിരിയാതിരിക്കാനുള്ള മെയ് വഴക്കം കാലസൂചനയായും വരുന്നുണ്ട്. കവിത അവസാനിക്കുന്നതാകട്ടെ ആഖ്യാതാവിന്റെ തന്നെ പറച്ചിലിൽ നിന്നും പറയാതിരിക്കലിൽ നിന്നുമുള്ള ഒരു പിൻവാങ്ങലോടെയാണ്:

'ചുമ്മാ പറയാൻ
അഥവ പറയാതിരിക്കാൻ
വെറുതെ പറയാതിരിക്കുക
ഞാൻ പറഞ്ഞില്ലയൊന്നും

'വ്വ്'. പറയുന്നതും പറയാതിരിക്കുന്നതും തമ്മിലുള്ള വിരുദ്ധോക്തിയിലൂടെയുള്ള പിൻമാറ്റം, പറച്ചിലിനുള്ള (യാഥാർത്ഥ്യം) അജ്ഞാത വിലക്കാണെന്ന് വെളിപ്പെടുന്നു. അത് തീർച്ചയായും കവി കെ. ജി. ശങ്കരപ്പിള്ള എഴുതിയ 'പറയാത്ത തെറി വാക്ക് കെട്ടിക്കിടന്നെന്റെ നാവ് പുളിച്ചഹോ' എന്ന അ വസ്ഥയിൽ നിന്ന് വ്യത്യസ്തമാകുന്നത് ഭാഷാ കവിതയെന്ന വ്യവഹാരത്തിലെ പ്രകരണ സവിശേഷതയുടെ ഫലമായാണ് .

ഈ കവിത ഭാഷാ കവിതയ്ക്ക് ഉത്തമ നിദർശനമാകുന്നതിന് വേറെയും കാരണങ്ങളുണ്ട്. അതിൽ പ്രധാനം കവിതയൊരു ഭാഷാ നിർമിതിയാണെന്ന യക്കോബ്സന്റെ (Roman Jakobson) വാദമുപയോഗിച്ചുള്ള വിലയിരുത്തലാണ്. ഭാഷാ നിർമിതി എന്നതിൽ ഭാഷാ സവിശേഷമെന്നതും (language specific) സാംസ്ക്കാരിക സവിശേഷമെന്നതും (culture specific) അന്തർലീനമാണ്. അതായത് ഭാഷയിലെഴുതുന്നു എന്നത് തന്നെ ഭാഷ ഉയർത്തുന്ന

യാഥാർത്ഥ്യബോധത്തിന്റെ തെളിവാണ്. അപ്പോൾ കവിതയിലൂടെ ഭാഷയുടെ നിറവും ഭാഷയിലൂടെ കവിതയുടെ തെളിച്ചവും സംജാതമാകുന്നു. കവി സച്ചിദാനന്ദൻ തന്റെ ഒരു കവിതാ സമാഹാരത്തിന് 'മലയാളം' എന്ന് നാമകരണം നടത്തിയപ്പോഴും ഈ തലത്തിലാണ് ഊന്നിയതെന്ന് സാരം.

പരിസ്ഥിതിക്കവിതകൾ

പരിസ്ഥിതിക്കവിതകൾ എന്നതുകൊണ്ട് അർത്ഥമാക്കുന്നത് പാരിസ്ഥിതികാവബോധം പുലർത്തുകയും അത് അനുവാചകരിൽ ഉണർത്തുകയും ചെയ്യുന്ന കവിതകൾ എന്നാണ്. 1978 ൽ പ്രസിദ്ധീകരിച്ച 'ലിറ്ററേച്ചർ ആൻഡ് ഇക്കോളജി (William Rueckert) എന്ന പാരിസ്ഥിതിക വിമർശന ഗ്രന്ഥത്തോടെയാണ് ഈ സമീപനം സാഹിത്യത്തിൽ ശ്രദ്ധനേടുന്നത്. പാരിസ്ഥിതിക കാഴ്ചപ്പാടിലുള്ള കവിതകളെ അവയുടെ പാരിസ്ഥിതിക ഗുണദോഷങ്ങളുടെ അടിസ്ഥാനത്തിൽ പരിശോധിക്കുന്നു. പാരിസ്ഥിതിക പ്രത്യാഘാതങ്ങളും പ്രകൃതിയുടെ മേലുള്ള കൈയ്യേറ്റങ്ങളും ആത്യന്തികമായി ഭൂമിക്കും ഭൂമിയിലെ ജലാശയങ്ങൾക്കും വായുവിനും അന്തരീക്ഷത്തിനും മനുഷ്യനുൾപ്പടെയുള്ള ജീവജാലങ്ങൾക്കും വനങ്ങൾക്കും മരങ്ങൾക്കും സസ്യങ്ങൾക്കും പക്ഷികൾക്കും ദോഷകരമാണെന്ന വിലയിരുത്തൽ ഈ കവിതകളെ ജൈവവത്താക്കുന്നു. നിരൂപകൻ ഡോ. സി. ഗോപിനാഥൻപിള്ളയുടെ പാരിസ്ഥിതിക വിമർശനത്തെക്കുറിച്ചുള്ള വിവരണം (സമകാലിക സാഹിത്യ സിദ്ധാന്തങ്ങൾ) ഇങ്ങനെ സംഗ്രഹിക്കാം: മനുഷ്യന്റെ പ്രകൃതിയോടുള്ള ചൂഷണമനോഭാവത്തിനെതിരെ രൂപമെടുത്ത പ്രത്യയശാസ്ത്രമാണ് പാരിസ്ഥിതിക വിമർശനം. പരിസ്ഥിതിയുടെ മുഖ്യ ഭീഷണി വ്യാവസായിക മലിനീകരണമാണ്. പ്രകൃതി വിഭവങ്ങളുടെ വിനാശകരമായ ഉപഭോഗവും ചൂഷണവും പ്രതിസന്ധിക്ക് ആക്കം കൂട്ടുന്നു. കാലാവസ്ഥാ വ്യതിയാനങ്ങൾക്ക് ആക്കം കൂട്ടുന്നതും ഇതാണ്. വെള്ളപ്പൊക്കവും ആഗോള താപനവും വരൾച്ചയും ഭക്ഷ്യക്ഷാമവും അനുദിനം കുറഞ്ഞു കൊണ്ടിരിക്കുന്ന വിഭവങ്ങൾക്കു വേണ്ടിയുള്ള യുദ്ധങ്ങളും അഭയാർത്ഥി പ്രവാഹവുമൊക്കെ അതിന്റെ പ്രത്യാഘാതങ്ങളാണ്. വരുംതലമുറയുടെ സൗഭാഗ്യങ്ങൾ പോലും കവർന്നെടുക്കുന്ന ആധുനിക മനുഷ്യൻ ഒരു മഹാദുരന്തത്തിലേക്കാണ് നടന്നുനീങ്ങിക്കൊണ്ടിരിക്കുന്ന

ത്. കാടും മലയും പുഴയും നശിപ്പിക്കുന്നതിലൂടെ സ്വയം വരുത്തിവെച്ച വിപത്തിനെക്കുറിച്ച് ചിന്തിക്കുവാൻ മനുഷ്യൻ നിർബന്ധിതനായിരിക്കുന്നു. ജൈവമണ്ഡലത്തിന്റെ മൂല്യശോഷണം, ഉഷ്ണമേഖലാ വനങ്ങളുടെ നശീകരണം, കൃഷി ഭൂമിയുടെ നഷ്ടം ഒക്കെ അനതിവിദൂരഭാവിയിൽ യാഥാർത്ഥ്യമാകും. പാരിസ്ഥിതിക പ്രശ്നങ്ങൾ പലപ്പോഴും അദൃശ്യവും സൂക്ഷ്മവും അനിശ്ചിതവുമാണ്. അതുകൊണ്ട് പതിവ് ആഖ്യാനരീതികൾക്ക് അതിനെ പ്രതിനിധാനം ചെയ്യാൻ കഴിയാതെ പോകുന്നു. എന്നാൽ കാമനകൾക്കു പിന്നാലെ പായുന്നതിലെ അപകടത്തെക്കുറിച്ച് പരിസ്ഥിതി വാദികൾ എപ്പോഴും മുന്നറിയിപ്പ് നൽകുന്നു. പ്രകൃതിയിലെ പാരസ്പര്യങ്ങളെക്കുറിച്ച് മനുഷ്യരാശിയെ ഓർമപ്പെടുത്തുന്ന ഈ വാദം കാടിന് തീപിടിക്കുമ്പോൾ അതേക്കുറിച്ച് ആദ്യം മുന്നറിയിപ്പ് നൽകുന്ന കിളികളുമായി തുലനം ചെയ്യാവുന്നതാണ്. ഇത് കവിതയുമായും മറ്റ് പലസാഹിത്യ രൂപങ്ങളുമായി ബന്ധപ്പെടുത്തുമ്പോൾ കാവ്യസങ്കല്പങ്ങളിൽ ലീനമായിട്ടുള്ള ഊർജത്തിന് സാമൂഹിക മാറ്റങ്ങൾ കൊണ്ടുവരാനാകുമെന്ന് പരിസ്ഥിതി സാഹിത്യ സൗന്ദര്യശാസ്ത്രം വിശ്വസിക്കുന്നത് കാണുക ആയാസകരമല്ല. ഇതനുസരിച്ച് ഹരിത സസ്യങ്ങൾ ഭൂമിയിലെ ഏറ്റവും സർഗാത്മകതയുള്ള ജീവജാലമാണ്. അവ പ്രകൃതിയുടെ കവികളാണ്.

ഇത്തരത്തിൽ കവികൾ ഭൂമിയിലെ ജീവന്റെ നിലനില്പിനെക്കുറിച്ച് ഉത്കണ്ഠാകുലരാവുകയും അത് കവിതയിൽ പ്രതിഫലിപ്പിക്കുകയും ചെയ്യുന്നു. ലോകത്തിലെ വിവിധ ഭാഷകളിലെ കവിതകളിൽ ഇതിന്റെ പ്രതിഫലനം ഉണ്ടായിട്ടുണ്ട്. മലയാളത്തിൽത്തന്നെ 'വനപർവ്വം' എന്നൊരു കവിതാ സമാഹാരം തന്നെ സുഗതകുമാരിയുടെ നേതൃത്വത്തിൽ പ്രസിദ്ധീകരിക്കുകയുണ്ടായി. അയ്യപ്പപ്പണിക്കരും സച്ചിദാനന്ദനും കടമ്മനിട്ടയും കക്കാടുമൊക്കെ ഈ ദിശയിൽ ഒട്ടേറെ കവിതകൾ എഴുതിയിട്ടുണ്ട്. ഇവരെ തുടർന്നു വന്ന കവികളിൽ രാജു വള്ളിക്കുന്നം ഈ ദിശയിൽ നിരവധി കവിതകൾ പ്രസിദ്ധീകരിച്ചിട്ടുണ്ട്. ഒട്ടേറെ കവിതകളിൽ ഈ ചിന്ത ഒളിഞ്ഞും തെളിഞ്ഞും പ്രതിഫലിച്ചിട്ടുമുണ്ട്. എന്നാൽ 'മരുഭൂമികളെക്കുറിച്ച് പാടരുത്, 'നിശാഗന്ധി', 'പമ്പ: കവിതയുടെ ബാധ്യതകൾ', 'പ്രണയ കവിതയിൽ പറയാത്തത്', 'കാലം തെറ്റിയ കവിത', 'പകൽ പൊങ്ങിക്കിടക്കുന്ന കാലം' 'മേധാ പറയട്ടെ ഞാൻ' എന്നിവ പാരിസ്ഥിതികാവബോധം പല തലത്തിൽ പ്രകടിപ്പിക്കുന്നുണ്ട്.

'മരുഭൂമികളെക്കുറിച്ച് പാടരുത്' എന്ന കവിത പ്രത്യക്ഷത്തിൽ സഹാറ മരുഭൂമിയുടെ ഒരാത്മഗതം പോലെയാണ് എഴുതപ്പെട്ടിരിക്കുന്നത്. പോയകാലത്തെ തന്റെ ഹരിതാഭകൾ ഓർത്ത് വിതുമ്പുന്ന സഹാറ കാലികമായ അവസ്ഥയിൽ പേക്കിനാവുകളായി അവയെ അറിയുന്നു:

'ഹരിതാഭമായ ഋതു സംക്രമങ്ങളെ
കവികൾ പാടിയുണർത്തുമ്പോൾ
ദുഃഖത്തിന്റെ ഉറവകൾ കൂടി
വറ്റിപ്പോയ സഹാറ
ഹതാശയായി വിതുമ്പുന്നു.
പ്രകൃതി ജീവനത്തിന്റെ മുഗ്ധ ലാവണ്യങ്ങൾ
കവികൾ പാടിത്തിമിർക്കുകയാണ്.
ചുടു മണലിൽ സ്വപ്നങ്ങളെ ഹോമിച്ച്
സഹാറയപ്പോഴും വിതുമ്പുകയാണ്
സഹാറയുടെ ഉത്കണ്ഠകൾ
വെറുക്കപ്പെടുന്ന വന്ധ്യ പാഠങ്ങളാണ്.
മുൾക്കിരീടം പോലെ മുൾച്ചെടികൾ
മരീചികയായ മരുപ്പച്ചകൾ
ദുഃസ്വപ്നം പോലെ ഈന്തപ്പനകൾ'

തുടർന്ന് സഹാറയുടെ പൂർവ്വ ചരിത്രവും സംസ്ക്കാരവും കൃഷിയുമെല്ലാം കവിതയിൽ അവതരിപ്പിക്കുന്നു. അവിടെ 'വൻമരത്തിന്റെ നീലിച്ച പ്രേതം പോലെ / മിന്നൽപ്പിണറുകൾ ശാഖ വിടർത്തുന്നു.' സത്യത്തിൽ ഈ രണ്ട് വരികൾ ഈ കവിതയുടെ പാരിസ്ഥിതിക തലം മുഴുവൻ വെളിവാക്കുന്നുണ്ട്. കവിത തുടങ്ങുന്നത് മരുഭൂമികളെ പാടിയുണർത്താതെ വിട്ടുകളയുന്ന കവികളുടെ ഉപേക്ഷയെ സൂചിപ്പിച്ചു കൊണ്ടാണ്. പക്ഷേ കവിതയിൽ മരുഭൂമിയെന്ന ബിംബം വളരുന്തോറും ഉപേക്ഷയെക്കുറിച്ചുള്ള ഈ സൂചന യാഥാർത്ഥ്യങ്ങൾക്കു നേരെ കണ്ണടയ്ക്കുന്ന കാപട്യങ്ങളെയാണ് തുറന്നുകാട്ടുന്നതെന്ന് വരുന്നു. മാത്രവുമല്ല, ഡോ. കെ.എം. വേണുഗോപാൽ സൂചിപ്പിച്ചതു പോലെ ഹരിതങ്ങളില്ലാത്ത ഒരു വരണ്ട കാലത്തിന്റെ പ്രതിഫലനമായി കവിത മാറുന്നുമുണ്ട്. മരുഭൂമിയുടെ ഉള്ള് നീറ്റുന്ന അനുഭവങ്ങൾ പകരാൻ വളരെ സൂക്ഷ്മമായി കൊരുത്തെടുത്ത രൂപകങ്ങളുടെ ഒരു നിര തന്നെ കവിതയിൽ കാണാം. ഏറ്റവും അവസാനം മരുഭൂമികളെക്കുറിച്ച് പാടിയാൽ 'ശ്വാസവും വാക്കും / കവിതയും പ്രജ്ഞയും കത്തും'

എന്നിടത്തെത്തുമ്പോൾ അനുവാചകർക്കും മരുഭൂമിയിലെത്തിയ അനുഭവമുണ്ടാകും, എന്നു മാത്രമല്ല, ഗതകാലത്ത് ഹരിതാഭവും ഉർവ്വരവുമായിരുന്ന ഭൂമിയെ വരൾച്ചയുടെ വെറുക്കപ്പെട്ട നിലയിലെത്തിച്ച കൊടും ക്രൂരതയുടെ, നൃശംസതയുടെ പ്രവർത്തികളെക്കുറിച്ചുള്ള ഒരു ഓർമപ്പെടുത്തലും അതിനെതിരെയുള്ള താക്കീതുമായി കവിത മാറുന്നു. കവികളുടെ ഉപേക്ഷയെക്കുറിച്ച് ആവർത്തിച്ചുള്ള സൂചനകൾ മറ്റൊരർത്ഥത്തിൽ മനുഷ്യന്റെ തന്നെ പ്രകൃതിയുടെ മേലുള്ള കൈയ്യേറ്റങ്ങളെയാണ് ധ്വനിപ്പിക്കുന്നതെന്നും മനസിലാക്കാം.

മരുഭൂമിയെക്കുറിച്ച് തന്നെയുള്ള വിഹ്വലതകളാണ് 'പ്രണയ കവിതയിൽ പറയാത്തത്' എന്ന കവിതയിലെ മൂന്നാം ഖണ്ഡത്തിൽ. മുറ്റത്തെ 'മാങ്കൊമ്പിൽ പരിചിതമല്ലാത്ത, മണൽക്കാറ്റിന്റെ ഈണത്തിൽ പാടുന്ന, മരുഭൂമിയുടെ നിറമുള്ള പക്ഷിയെ കാണുമ്പോൾ' നാട് തെറ്റിയ ദേശാടന'മെന്ന് കവി പരിതപിക്കുമ്പോൾ മുകളിൽ ഒരുപറ്റം അതേ കിളികൾ പറക്കുന്നതു കണ്ട് കവി ഞെട്ടുന്നു. കാരണം തന്റെ നാട് മരുഭൂമിയാകാൻ അധികകാലം വേണ്ടിവരില്ല എന്നുള്ള ഒരു തിരിച്ചറിവാണത്. ഈ കവിതയിലെ രണ്ടാം ഖണ്ഡത്തിൽ വനനശീകരണത്തിന്റെ പാഠമാണ് വെളിവാകുന്നത്. കവി തന്റെ ബാല്യകാലത്തും കൗമാരത്തിലും കണ്ട വേലിപ്പരത്തി മധ്യവയസ്സിൽ കാട്ടിൽ കാണുമ്പോൾ സമീപസ്ഥമായ വനശോഷണവും നാശവും തിരിച്ചറിയുന്നു. ആ കാഴ്ച അതീവ ഭീതിദമായാണ് കവിതയിൽ അവതരിപ്പിച്ചിരിക്കുന്നത്:

'കാട്ടിലും കണ്ടു
കാട്ടുതീ പോലെ
പരിചിതമല്ലാത്ത നിറത്തിൽ
കാട്ടുപൂക്കൾ വിറച്ചും
കൂർത്ത വേരുകൾ
കാട്ടു കിഴങ്ങുകൾ തുളച്ചും
ഉരയുന്ന തണ്ടിൽ
കാട്ടുവള്ളികൾ പിടഞ്ഞും' എന്നാണ്. വേലിപ്പരത്തി, കാടിനെ നശിപ്പിക്കുന്ന ഒരു കളയാണ് എന്ന സൂചനയിലൂടെ കാടിന് അന്യമായി വളരുന്ന എന്തും ആത്യന്തികമായി വനനശീകരണത്തിലെത്തുമെന്ന ആപൽസൂചനയാണ് നൽകുന്നത്. കേരളത്തിലെ കാടുകളിൽ നട്ടുവളർത്തിയ യൂക്കാലിപ്സ് വനനശീകരണത്തിന്റെ ആക്കം കൂട്ടിയത് ഇപ്പോഴും വാർത്തയാകുമ്പോൾ കവിതയിലെ

വേലിപ്പുരത്തി കാട്ടിൽ നടത്തുന്ന എല്ലാ അധിനിവേശത്തിന്റെയും വിപൽ രൂപകമാകുന്നുണ്ട്. ഈ കവിതയുടെയും ആദ്യത്തെ ഖണ്ഡം കാവ്യാസ്വാദനത്തിലെ പഴകിയ മാനദണ്ഡങ്ങളെ പരിഹസിക്കുമ്പോൾ അവസാന ഖണ്ഡം കാടും മലയും പുഴയും പക്ഷികളും യഥാർത്ഥത്തിൽ ഇല്ലാതായാലും ഗ്രാഫിക്സിൽ ഇവയൊക്കെ കാണാമെന്ന ഉദാസീനവും വിപൽക്കരവുമായ സമകാലിക ദുരന്തത്തെ സൂചിപ്പിക്കുന്നു.

'നിശാഗന്ധി' മലയാളത്തിലെ വളരെ അപൂർവ്വമായ ഒരു പരിസ്ഥിതിക്കവിതയാണ്. ഒരർത്ഥത്തിൽ പരിസ്ഥിതി പ്രശ്നങ്ങളെ ആധുനിക കാലത്തെ അമിത ഉപഭോക്ത താൽപര്യങ്ങളുമായും കച്ചവട താൽപര്യങ്ങളുമായും ചേർത്ത് ഭീതിദവും സമീപസ്ഥവുമായ പാരിസ്ഥിതിക പ്രത്യാഘാതങ്ങളെ ഈ കവിത ഓർമപ്പെടുത്തുന്നു. കവിതയിലെ ആഖ്യാതാവ്, പാതിരാത്രിയിൽ വിടർന്ന് ഉടനെ കൂമ്പിപ്പോകുന്ന നിശാഗന്ധിയെ അഭിസംബോധന ചെയ്യുന്ന രീതിയിലാണ് കവിത രചിച്ചിരിക്കുന്നത്. വനത്തിന്റെ ഹരിത ഭംഗിയിലും കുളിരിലും വിടരുന്ന നിശാഗന്ധി നഗരത്തിലെ വീട്ടിൽ അലങ്കാരച്ചെടിയാകുമ്പോൾ ആരോരുമറിയാതെ വിടർന്ന് കൊഴിയുന്ന പൂവാകുന്നു. പക്ഷേ ആഖ്യാതാവ് ആധുനികമായ സുഖലോലുപതയിലും അതേക്കുറിച്ചുള്ള ആഗ്രഹങ്ങളിലും സ്വപ്നങ്ങളിലും മയങ്ങിക്കിടന്നപ്പോഴാണ് അത് സംഭവിക്കുന്നത്. അതുകൊണ്ട് നിശാഗന്ധി വിടർന്നത് സ്വപ്നത്തിൽപ്പോലും അയാൾ അറിയുന്നില്ല. ആഖ്യാതാവ് ചോദിക്കുന്നതിതാണ്.

'എന്റെ സ്വപ്നസഞ്ചാരങ്ങൾക്കുമപ്പുറം
കാടിന്റെ ഇരുണ്ട ഹരിതാഗ്നിയിൽ
നീ നിന്നെ അർപ്പിക്കുകയാണോ
നീ അസ്തമിക്കുന്നിടത്ത്
എന്റെ പുലരി ഉദിക്കുന്നു.'
....
'നിന്റെ മണം കൊണ്ട്
എന്റെ ഓർമയിലെ
വനമളക്കാൻ നോക്കി
എങ്കിലും നിശാഗന്ധി
നിന്റെ ഗന്ധബോധങ്ങളിൽ
ഏകാന്തതയുടെ വന്യത
അപാരതയുടെ നിഴൽത്തിരകൾ

പരേതരുടെ മണം'

സിരകളിൽ കാടിന്റെ വന്യത പേറുന്ന നിശാഗന്ധി അതുകൊണ്ട് തന്നെ ഇരുളിന്റെ അഗാധതയിൽ വിടർന്ന് കൂമ്പുകയാണ്. പക്ഷേ വെളിച്ചത്തിന്റെ തടവറയിൽ, സ്വയം അപരിചിതനാകുന്ന ആഖ്യാതാവ് വർത്തമാന ഓഹരികളുടെ ഒറ്റുകാരനാണെന്ന് തിരിച്ചറിയുന്നു. എന്നാൽ എപ്പോഴും പ്രകൃതിയിൽ നിന്ന് അന്യവൽക്കരിക്കപ്പെട്ട നിശാഗന്ധി അയാളെ നിരാശപ്പെടുത്തുന്നത് കവിതയിൽ ചേർത്ത് വയ്ക്കുന്നത് കാസറ്റ് കേട്ട് കവിതാ പുസ്തകം വാങ്ങിയവനുമായും, ജൂഹി ചാവ്‌ല കുളിക്കുന്നത് കണ്ട് സോപ്പ് വാങ്ങിയവനുമായാണ്. യാഥാർത്ഥ്യ ബോധം ഒട്ടും ഇല്ലാത്ത സമകാലിക സമൂഹത്തെ ചേർത്ത് നിർത്തി പ്രകൃതിയുടെ നൈസർഗികതയിൽ നടത്തുന്ന എല്ലാ കൈയ്യേറ്റങ്ങളേയും കവിത തുറന്ന് കാട്ടുന്നു. അങ്ങനെ ഒരേ സമയം ഈ കവിത പാരിസ്ഥിതിക പ്രത്യാഘാതങ്ങൾക്കും വാണിജ്യ താൽപര്യങ്ങൾക്കുമെതിരെ നിലപാട് സ്വീകരിക്കുന്നു. പമ്പയെക്കുറിച്ചുള്ള കവിതയിലാകട്ടെ പമ്പയുടെ സംസ്കൃതി പാരമ്പര്യങ്ങളുന്നയിച്ച് അവ കവിതയിലും മറ്റ് സാഹിത്യ രൂപങ്ങളിലും പാടിപ്പുകഴ്ത്തുന്നതിലൂടെ നദി സാഹിത്യത്തിന്റെ ബാധ്യതയാകുന്നെന്ന് സമർത്ഥിക്കുന്നു. ആട്, മാട്, കോഴി ,താറാവ്, നോവലിസ്റ്റുകൾ, കവികൾ, ബ്രോക്കർമാർ തുടങ്ങിയവരെയെല്ലാം ഒറ്റച്ചരടിൽ കൂട്ടിക്കെട്ടുകവഴി ഈ ബാധ്യതയുടെ ആഴം വ്യക്തമാക്കുന്നു. കിതയ്ക്കുന്ന കൈവഴികളും കുളിരില്ലാത്ത ജലവും ഭൂമി ത്യാഗങ്ങൾ ഇറ്റ് വീഴുന്ന കരയിലെ വെട്ടിയ മരക്കുറ്റികളും കൂട്ടിക്കിഴിക്കിലും തിരിച്ചറിയാത്ത വേദങ്ങളും യോഗങ്ങളും അങ്ങനെ പമ്പയുടെ യാഥാർത്ഥ്യങ്ങൾ കാവ്യ സങ്കൽപ്പങ്ങൾക്ക് വിരുദ്ധമാണ്.

'പമ്പയൊരു കവിതയായ് കണ്ടവരിൽ
കവിതയ്ക്ക് നദി പോലെ നിർവ്വചനം
രചിച്ചവർ
എങ്കിലും മുങ്ങിക്കുളിക്കുമോ
മണൽതട്ടിൽ കുതറിക്കളിക്കുമോ' എന്ന് സന്ദേഹത്തിൽ അവസാനിക്കുന്ന കവിതയിലെ കാതലായ പ്രശ്നം മുങ്ങിക്കുളിക്കാനാവാതെ മണൽത്തട്ടായി മാറിയ പുഴയിൽ കുതറിക്കാളാനാവുമോ എന്നതാണ്. ഇടശ്ശേരിയുടെ 'കുറ്റിപ്പുറം പാലം' മുതൽ ഇത്തരത്തിൽ നദികൾക്ക് നേരിടേണ്ടി വരുന്ന ശോഷണവും ഭീഷണിയും മലയാള കവിതയിൽ ശക്തമായി ഉന്നയിക്കപ്പെട്ടിട്ടുണ്ട്;

ഈ ദിശയിൽ ഏറെ ശ്രദ്ധേയമാകുന്ന കവിതയാണ് 'പമ്പ: കവിതയുടെ ബാധ്യതകൾ'.

'കാലം തെറ്റിയ കവിത' ശരിക്കും കാലത്തിനനുയോജ്യമായ കവിതയാണെന്ന് വിരുദ്ധോക്തിയിൽ ധ്വനിപ്പിക്കുകയാണ് കവിതയിൽ. കാടും മലയും കടലും നദികളുമെല്ലാം തങ്ങളുടെ വാണിജ്യാവശ്യങ്ങൾക്കുള്ള ഉപാധികൾ മാത്രമെന്ന് കരുതുന്ന കാലത്ത് ഇതൊക്കെ പറയേണ്ടിവരുന്ന കവിത കാലം തെറ്റി പിറന്നതാണെന്നും അതുകൊണ്ട് തന്നെ പൊറുത്തേക്കണമെന്നുമുള്ള ഒരു പരിഹാസം കൂടിയുണ്ട് ഇതിൽ. കവിത തുടങ്ങുന്നത് പാബ്ലോ പിക്കാസയുടെ പ്രസിദ്ധ ചിത്രം 'ഗൂർണിക്ക' പരാമർശിച്ചു കൊണ്ടാണ്:

'നാസി സൈനികർ
ഗൂർണിക്ക കാട്ടി
പിക്കാസോയോട് ചോദിച്ചു
നിങ്ങൾ ഇത് ചെയ്തു
പിക്കാസോ പറഞ്ഞു' അല്ല നിങ്ങൾ'.

കാലം തെറ്റി ഈ ചോദ്യം കവിതയിൽ ചോദിക്കുകയാണെന്നും കവിതയിലുണ്ട്, പക്ഷേ ചിത്രത്തിൽ കാണുന്ന നൃശംസതയ്ക്ക് ഉത്തരവാദി നാസി ഭരണകൂടമാണെന്ന് പിക്കാസോ പറഞ്ഞിതിലും ചുരുക്കത്തിൽ ആർക്കും പറയാനാവില്ല. ഗാഡ്ഗിൽ റിപ്പോർട്ടിന്റെ പശ്ചാത്തലത്തിലാണ് ഈ കവിത എഴുതിയതെന്ന് കരുതുന്നു. കാരണം സഹ്യന്റെ മേലുള്ള കടന്നുകയറ്റം ആത്യന്തികമായി ഭൂമിക്ക് ഏൽപ്പിക്കുന്ന ക്ഷതത്തിന് ഉത്തരവാദിയാരായിരിക്കും? കൈയ്യേറ്റക്കാരാണെന്ന് ഭംഗ്യന്തരേണ പറഞ്ഞു വയ്ക്കുകയാണ് കവി. കവിതയിൽ പരിഹാസ രൂപേണ കൈയ്യേറ്റങ്ങളുടേയും കടന്നാക്രമണങ്ങളുടേയും ഒരു ലിസ്റ്റ് തന്നെ അവതരിപ്പിക്കുന്നുണ്ട്. സത്യത്തിൽ ഈ കവിത ലോകത്തെല്ലായിടത്തും പ്രകൃതിയുടെ മേലുള്ള കൈയ്യേറ്റങ്ങളെക്കുറിച്ചാണ്; അത് ആമസോണിലും ആൽപ്സിലും അന്റാർട്ടിക്കയിലും നടക്കുന്നതുമാണ്. ലാറ്റിനമേരിക്കൻ കവി ലോർക എഴുതിയത് പോലെ 'ഹരിതമേ, ഹരിതമേ' എന്നൊരു നിലവിളി ഈ കവിതയിലും മുഴങ്ങുന്നുണ്ടെന്ന് മാത്രം.

സ്മൃതി കാവ്യങ്ങൾ

ലോകത്ത് എല്ലാ ഭാഷകളിലും സ്മൃതി കാവ്യങ്ങൾ എന്നും ശ്രദ്ധ നേടിയിരുന്നു. കവികളെക്കുറിച്ചും കലാകാരന്മാരെക്കുറിച്ചും വിപ്ലവകാരികളെയും ഭരണകർത്താക്കളേയും സുഹൃത്തുക്കളേയും ഗുരുക്കന്മാരെയും കുറിച്ചും കമിതാക്കളേയും പ്രണയിനികളെ ക്കുറിച്ചുമൊക്കെ അത് രചിക്കപ്പെട്ടിട്ടുണ്ട്. മരണപ്പെട്ട കവികളെക്കുറിച്ച് ഉണ്ടായിട്ടുള്ള കവിതകൾക്ക് ആകർഷകത്വം കൂടുതലാണെന്ന് മാത്രം. അതിന്റെ പ്രധാന കാരണം എഴുതുന്ന കവികൾക്ക് മരണപ്പെട്ട കവികളുമായി മരണശേഷവും സംവദിക്കാനാവുന്നു എന്നതാണ്. ഒരു തരം ആത്മീയാനുഭവമായും കവിതകളുടെ തിരിച്ചറിവായും ഇരുവരും തമ്മിലുണ്ടായിരുന്ന ബന്ധങ്ങളുടെ വിലയിരുത്തലായും പലപ്പോഴും മരണപ്പെട്ട കവികൾക്ക് ഏൽക്കേണ്ടിവന്ന പീഡനങ്ങളിൽ വേദനയോടെയുള്ള പ്രതിഷേധമായും സ്മൃതികാവ്യങ്ങൾ മാറാറുണ്ട്. പക്ഷേ ചില കാവ്യങ്ങൾ രചനയുടെ അനിർവ്വചനീയ സൗന്ദര്യം മൂലം അതീവ ശ്രദ്ധ നേടിയിട്ടുമുണ്ട്. എബ്രഹാം ലിങ്കണെക്കുറിച്ച് വാൾട്ട് വിറ്റ്മാൻ എഴുതിയ 'വാതിൽക്കൽ ലൈലാക് അവസാനമായി പൂത്തപ്പോൾ' (When Lilacs last in the Dooryard Bloom'd), ആംഗലേയ കവി ജോൺ കീറ്റ്സിനെക്കുറിച്ച് ഷെല്ലി എഴുതിയ Adonais എന്ന ഇടയ വിലാപ കാവ്യം, തന്റെ പ്രീയ സുഹൃത്തിന്റെ നിര്യാണത്തിൽ വിലപിച്ച് കൊണ്ട് ആംഗലേയ കവി ടെന്നിസൻ എഴുതിയ 'AHH ന്റെ ഓർമയ്ക്കായി' (In Memoriam AHH) തുടങ്ങി ആധുനികതയിൽ W.H. Auden എഴുതിയ' In Memory of WB Yeats' ഇങ്ങനെ എത്രയോ കവിതകൾ ഈ ദിശയിലുണ്ട്. മലയാളത്തിൽത്തന്നെ കുമാരനാശാന്റെ 'പ്രരോദനം' എം. ഗോവിന്ദന്റെ 'ഇടശേരി നിനവിൽ വരുമ്പോൾ', ചങ്ങമ്പുഴയുടെ 'രമണൻ', സച്ചിദാനന്ദന്റെ 'രാമനാഥൻ പാടുമ്പോൾ', 'ഇവനെക്കൂടി', വയലാറിന്റെ 'മാടവനപ്പറമ്പിലെ ചിത', 'ഡി. വിനയചന്ദ്രന്റെ' 'കായിക്കരയിലെ കടൽ', പി.

ഭാസ്ക്കരന്റെ 'മാലി എന്ന മഹാലിംഗം' സുഗതകുമാരിയുടെ 'പ്രിയദർശിനി നിന്നെ സ്നേഹിച്ചു ഞങ്ങൾ', വള്ളത്തോളിന്റെ 'എന്റെ ഗുരുനാഥൻ' തുടങ്ങി ജി. കുമാരപിള്ള 'രാജലക്ഷ്മിയെക്കുറിച്ചെഴുതിയ കവിത' കൂടാതെ നിരവധിയുണ്ട്. ഈ ദിശയിൽ രാജുവള്ളിക്കുന്നത്തിന്റേതായി പത്ത് കവിതകളെങ്കിലും ശ്രദ്ധേയമായിട്ടുണ്ട്.: 'ഇടപ്പള്ളിയാണ് ഞാൻ' 'അയ്യപ്പപ്പണിക്കരും ഞാനും', 'നിരൂപിതമല്ലയൊന്നും', 'എനിക്ക് വാലസ് സ്റ്റീവൻസിനോട് സംസാരിക്കാനാവും', 'പരുന്ത്', 'നിർവ്വഹണസന്ധി', 'ഒരു ജോൺ അനുഭവം', 'വിനയചന്ദ്രനെന്ത് പേരിടും', 'എം എൻ. വിജയന്റെ മരണം അഥവ, 'മരിക്കുക വിജയാ മരിക്കുക', 'അക്കിത്തം' എന്നിവ.

രാജു വള്ളിക്കുന്നത്തിന്റെ ആദ്യകാല കവിതകളിലൊന്നാണ് 'ഇടപ്പള്ളിയാണ് ഞാൻ'. ഇടപ്പള്ളിക്കവിതകളും കവിയുടെ ജീവിതത്തിലെയും മരണത്തിന്റേയും സൂചനകളുമുള്ള ഈ കവിത ഒരു സ്വയം തിരിച്ചറിവിന്റെ തലത്തിലാണ് അനുഭവപ്പെടുന്നത്. സാധാരണ സ്മൃതി കാവ്യങ്ങളിലെപ്പോലെ ഓർമിക്കപ്പെടുന്ന യാളിനെ പുകഴ്ത്താനോ അയാളുടെ കവിതകളെ ഉത്ഘോഷിക്കാനോ ഇതിൽ ശ്രമമില്ല, മറിച്ച് മരണത്തെ സൂചിപ്പിച്ച് കൊണ്ടാണ് കവിത തുടങ്ങുന്നത് തന്നെ .കെട്ടിത്തൂങ്ങിയ നിലയിൽ കാണപ്പെട്ട ഇടപ്പള്ളി ഈ കവിതയിൽ 'മനസ്സിന്റെ കൊമ്പിൽ തൂങ്ങി നിൽക്കുകയാണ്. കെ. ബി. പ്രസന്നകുമാർ എഴുതുന്നു:' മനസ്സിന്റെ കൊമ്പിലെ കാലപാശക്കുരുക്കിൽ മൃതിയെ സ്വീകരിച്ച കവിയുടെ മനോ വിവശതകളിലേക്കുള്ള കാവ്യാത്മക സഞ്ചാരത്തിൽ ആ മൃതിയുടെ, ആത്മബലിയുടെ ദാർശനികതയിലേക്ക് കടന്നുപോകാനുള്ള ശ്രമമുണ്ട്. ഇടപ്പള്ളിയെ ഓർത്ത് വിലപിക്കുന്ന കവിതയല്ല ഇത്. മനസ്സിന്റെ കൊമ്പ്, കാലം, മൃതി നൽകുന്ന മുക്തി എന്നിങ്ങനെ ദാർശനികമായ സൂചനകളുണ്ട്. ആ മരണത്തേയും കവിതയേയും ദാർശനികവൽക്കരിക്കുക എന്നതിലുപരി, മൃതി വ്യഗ്രമായ ഇടപ്പള്ളി മനസ്സിൽ കുറെ നേരം അങ്ങനെ നിലകൊള്ളുക എന്നതാണ് ഈ കവിതയിൽ സംഭവിക്കുന്നത്.

'വിദൂര കാലത്തിൻ ദാഹമായ് കുറുകുന്ന പക്ഷി' വികാര സംവഹനം നിർവ്വഹിക്കുമ്പോൾ, 'ആദ്യ പ്രേമത്തിന്റെ അജ്ഞാത ദുഃഖങ്ങൾ' ഇടപ്പള്ളിക്ക് പുറമെ അതനുഭവിക്കുന്ന മുഴുവൻ പേരേയും ഉൾക്കൊള്ളുന്നു. 'പച്ചയും പാട്ടും ചൊല്ലിക്കെട്ടിയ കവിതയും' എന്ന സൂചന എന്നത്തേയും കവിതയെ ആവഹിക്കുന്നതുമായി. ചുരുക്കത്തിൽ ഈ കവിത ഇടപ്പള്ളി സ്മൃതിക്കുമപ്പുറം

കവിതക്കും പ്രണയത്തിനുമായി ബലി കൊടുക്കുന്ന മുഴുവൻ ജീവിതങ്ങളേയും ഉൾക്കൊള്ളുന്നതാകുന്നു. അതുപോലെ 'അയ്യപ്പപ്പണിക്കരും ഞാനും' എന്ന കവിത അയ്യപ്പപ്പണിക്കരെ, കവി, സമൂഹത്തേയും തന്നെത്തന്നെയും നോക്കി ചിരിക്കുന്ന വിദൂഷകൻ, മലയാള കവിതയെ സദാ നവീകരിക്കുന്ന ഉത്പ്പതിഷ്ണു, ജ്ഞാനി, നിരാസക്തനായ കാലസാക്ഷി തുടങ്ങി നിരവധി തലങ്ങളിൽ ആവിഷ്ക്കരിക്കുമ്പോൾ അതിൽ രാജു വള്ളിക്കുന്നം എന്ന കവി കൂടി വിലയിക്കുന്നുണ്ട്. അയ്യപ്പപ്പണിക്കരുടെ തിരിച്ചുപോക്ക് സൂചിപ്പിക്കാൻ അദ്ദേഹത്തിന്റെ തന്നെ കവിതയിൽ നിന്നൊരു ഭാഗം ചേർത്ത് അയ്യപ്പപ്പണിക്കരും മലയാള കവിതയും തമ്മിലുള്ള ഇഴയടുക്കം കാവ്യാത്മകമായിത്തന്നെ പ്രതിഫലിപ്പിക്കുന്നു:

'അന്ത്യം പെട്ടെന്നായിരിക്കും
യാത്ര പറയാൻ സമയം കിട്ടിയെന്നു വരില്ല

അതുകൊണ്ട് ശുഭയാത്ര. ഈ കവിത മലയാള കവിതയുടെ വികാസ പരിണാമങ്ങളിലൂടെയുള്ള ഒരു തീർത്ഥയാത്ര പോലെയും അനുഭവപ്പെടുന്നുണ്ട്.

'ഒരു ജോൺ അനുഭവം', 'എനിക്ക് വാലസ് സ്റ്റീവൻസിനോട് സംസാരിക്കുവാനാകും' എന്നീ കവിതകൾ ഘടനാപരമായും സൗന്ദര്യ പരമായും ഏറെ പ്രത്യേകതകളുള്ളതാണ്. ജോൺ എബ്രഹാമിന്റെ 'കീറിപ്പറിഞ്ഞ ജീവിതത്തെ, പ്രതിഭയെ ധൂർത്തടിച്ച ഒരു സംവിധായകനെ പകർത്തുന്നതിനുപരി, ആ അരാചകത്വത്തെ ഭാഷാനുഭവമാക്കി പരിവർത്തിപ്പിക്കുമ്പോൾ കവിതയുടേയും കലയുടേയും രാഷ്ട്രീയാർത്ഥങ്ങളെ തിരിച്ചറിയും വിധം ആ വിഷ്ക്കരിക്കാനും കവിയ്ക്കാകുന്നു. ജോൺ ഒരു ദുഃഖമാണെന്ന് കവിതയിൽ പറഞ്ഞു തുടങ്ങുന്നെങ്കിലും വിഷാദത്തിന്റെ ശക്തിയായും നിഷേധങ്ങളുടെ വാഗർത്ഥമായും സ്വപ്നങ്ങൾക്ക് തീർത്ത ആയുധമായും സമീക്ഷയുടെ ആവേഗമായും സത്യമായുമൊക്കെ കാവ്യരൂപകങ്ങളിൽ കോർത്ത കാവ്യാനുഭവമായി പരിണമിക്കുന്നു. അത് സമുദ്രം പോലെയും കൊടുമുടി പോലെയുമാണെന്ന് പറയുന്നതോടൊപ്പം ചേരിയിലെ ഒരു പട്ടിണിക്കുഞ്ഞായും കടപുഴകി മറിയുന്ന ആൽമരമായും അറിയുന്നു. ജോണിന്റെ മരണം കാലത്തിനും ചരിത്രത്തിനും കുറുകെ ഒരു കടമ്പയായി കിടക്കുന്നുവെന്ന് പറയുമ്പോഴും അത് അന്വയിക്കുന്നത് ചരിത്രത്തിലെ കുറെ മരണങ്ങളുമായാണ്:

'കൽക്കട്ടയിലെ ഒരു തെരുവിൽ
ഒരു ദിവസത്തിന്റെ വിസ്മൃതിയിൽ
വിലയം കൊണ്ട ഘട്ടക്
മെഡിറ്ററേനിയൻ കടലിലേക്ക്
സ്വയം എറിയപ്പെട്ട ഹാട്ട് ക്രെയ്ൻ
വിദൂരതകളുടെ ഖനികളിലേക്ക്
കടത്തപ്പെട്ട നെരൂദ
സ്വാതന്ത്ര്യത്തിന്റെ സ്വപ്നങ്ങളുമായി
തൂക്കിലേറ്റപ്പെട്ട മൊളോയിസ്
ഹൃദയത്തിൽ
മരണത്തിന്റെ കടുംനിറങ്ങളായി
വെടിയുതിർത്ത വാൻ ഗോഗ്'.

അഭിസന്ധികളുടെ നോവുന്ന അനുഭവം പ്രദാനം ചെയ്യുന്ന ജോൺ - ജീവിതത്തെ ഇതിൽ കൂടുതൽ മിഴിവോടെ ആ വിഷ്ക്കരിക്കുക പ്രയാസമാവും. കവിതയിലെ ജോൺ അനുഭവം കവിതയുടെ രാഷ്ട്രീയ തലാന്വേഷകർക്ക് ഏറെ പാഠങ്ങൾ കൂടി നൽകുന്നതാണ്. അമേരിക്കൻ നാടകകൃത്ത് യൂജിൻ ഒനീലിന്റെ സ്മരണയ്ക്കായി നടത്തുന്ന ഫെസ്റ്റിവൽ പേരാണ് 'ഒനീൽ അനുഭവം', ആ പേര് കവിതയ്ക്ക് സ്വീകരിച്ചിരിക്കുന്നതിലും ഈ അനുഭവ പ്രതിഫലനങ്ങളുടെ അർത്ഥങ്ങളുണ്ട്.

വളരെ ലളിതമായും അലസമായും പറയുന്നുവെന്ന് തോന്നിപ്പിക്കുന്ന അമേരിക്കൻ കവി വാലസ് സ്റ്റീവൻസിനെക്കുറിച്ചുള്ള കവിത വായിക്കുന്തോറും പ്രത്യക്ഷ ലാഘവത്വം വെടിഞ്ഞ് മൃതിയും ജീവിതവും ഇടകലർന്ന് ഭീതിദമായ ഒരു ലോകാന്തരീക്ഷം നിഗൂഢമായി ഒളിപ്പിച്ച് വെച്ചത് വായനയെ നടുക്കുന്ന ഒരനുഭവം പ്രദാനം ചെയ്യുന്നു. മരണപ്പെട്ടവർ തിരികെ വന്ന് നടത്തുന്ന ഒരു സംഭാഷണ ക്രമം അഥവ അത്തരമൊരവസ്ഥ സൃഷ്ടിക്കുന്ന ഉദ്വിഗ്നവും സംഭീതവുമായ തലത്തെ വാലസ് സ്റ്റീവൻസ് കവിതകളുമായി ചേർത്ത് കവിതയിൽ നിബന്ധിക്കുന്നു. അവിടെ സ്റ്റീവൻസ് കവിതകളിലെപ്പോലെ നിഴലും വെളിച്ചവും നിറവും മണവും ഓർമകളും സ്വപ്നങ്ങളും നേരും കവിതയും ഭാവനയും യാഥാർത്ഥ്യവും ദൃശ്യവും രാത്രിയുമെല്ലാം സത്യമേത് മിഥ്യയേതെന്നറിയാതെ കൂടിക്കലരുന്നു. മരിച്ചവരോട് സംസാരിക്കുന്നത് നന്നല്ല എന്ന് തുടങ്ങുന്ന കവിതയിൽ അതിന്റെ പരിണാമങ്ങളെ ഇങ്ങനെ സംക്ഷേപിക്കുന്നു:

'മരിച്ചവരുടെ തേങ്ങലുകൾ
കാറ്റിൽ കേൾക്കാം
കടൽനീലിമയിൽ അവർ
സാന്ത്വനമായി വരും.
തീരങ്ങളിലേക്ക്
തൃഷ്ണകളുടെ കുതിരകളെ അഴിച്ചു വിടും
ഏകാകിനിയുടെ
മോഹ വീഴ്ചകളുമായി ഒളിച്ചു കളിക്കാൻ
പൈൻ കാടുകളിലേക്ക്
അവർ നമ്മുടെ കൈകൾ കവർന്ന് ഓടും
തട്ടി മാറ്റുന്ന കൈയ്യിൽ
രക്തം പുരണ്ടിരിക്കുന്നത് കാണും
അത് കടലിലെ നിലാവിൽ കഴുകിക്കളയും'.

തുടർന്ന് വാലസ് സ്റ്റീവൻസിന്റെ തന്നെ ബിംബങ്ങളും രൂപകങ്ങളുമപയോഗിച്ച് 'ഒരു കരിമ്പക്ഷിക്ക് കൊത്തി പറക്കാൻ തോന്നുന്ന കനിയാണ്' ലോകമെന്ന് ഒറ്റനോട്ടത്തിൽ കാണും വിധമുള്ള സമകാലികാവസ്ഥയെ കവിതയിൽ ചിത്രീകരിക്കുന്നു

'നേരിന്റെ കവാടങ്ങളിൽ
ദൂരെ നിന്ന് നാം കണ്ട വിളക്കുകൾ
അടുത്ത് ചെല്ലുന്തോറും അണഞ്ഞുപോകും
പറഞ്ഞതെല്ലാം മിഥ്യ
പറയാതിരുന്നതെല്ലാം സത്യം
റോമിലെ പുരാതന ദാർശനികനോടായാലും
ഇന്നത്തെ
അവ്യക്തബോധക്കാരനോടായാലും'. ഭൂമിയെ കൊത്തിയെടുത്ത് കറുത്ത ചിറകുകൾ വീശിയുയരുന്ന ഈ കരിമ്പക്ഷി സത്യവും നിഗൂഢവും മൃതി നിർഭരവുമായ ഒരു ദൃശ്യത്തെ അനുഭവപ്പെടുത്തുന്നതോടൊപ്പം മേൽ സൂചിപ്പിച്ച അവസ്ഥാന്തരങ്ങളും കൂടി അതിനാക്കം കൂട്ടുന്നുവെന്ന് വ്യക്തം. വാലസ് സ്റ്റീവൻസിലൂടെ കാലപരിണാമങ്ങളേയും മൃതി -ജീവിതങ്ങളേയും അതീവ സൂക്ഷ്മമായി ഈ കവിതയിൽ നിബന്ധിച്ചിരിക്കുന്നുവെന്ന് കാണുക ആയാസകരമല്ല.

കവി തന്റെ ഗവേഷണ മാർഗദർശിയായിരുന്ന പ്രഫ ടി.കെ രാമചന്ദ്രനെ അടയാളപ്പെടുത്തുന്ന കവിതയാണ് 'പരുന്ത്'. പരുന്ത് ടി .കെയുടെ കോഴിക്കോടുള്ള ഫ്ലാറ്റിലെ സ്ഥിരം സന്ദർശകനാണ്.

ടി.കെ.യുടെ മരണശേഷം ആ പരുന്തിനെ ആരും കണ്ടിട്ടുമില്ലെന്ന് കവി ടി.കെ. സ്മരണയിൽ എഴുതിയിട്ടുണ്ട്. പക്ഷേ, കവിതയിൽ പരുന്ത് ടി.കെ.യുടെ സ്വത്വ പകർപ്പോ alter ego ആയി മാറുന്നു. ടി.കെ.യുടെ ധൈഷണിക ജീവിതവും അതോടൊപ്പം കൃത്യങ്കനം ചെയ്യാനാവാത്ത, ഒട്ടും അച്ചടക്കം പാലിക്കാത്ത വ്യക്തി ജീവിതവും ഈ കവിതയിൽ juxtapose ചെയ്യപ്പെടുകയാണ്.

'നെരൂദയുടെ കാവ്യജീവിതവും
കാൽവിനോയുടെ ഫിക്ഷനും
സാംസ്ക്കാരിക വിമർശനത്തിലെ
പുതിയ അടയാളങ്ങളും
ഈ പരുന്തിന് മനസ്സിലാകുന്നുണ്ട്
ക്ലാസിക്കൽ മാർക്സിസത്തിൽ നിന്നൊരേട്
മറിച്ചു കൊണ്ട്
ഇന്ത്യൻ ഫാഷിസത്തെക്കുറിച്ച്
ഉത്കണ്ഠപ്പെടുന്നു'.

എന്നിങ്ങനെ ടി.കെ യെ പരുന്തിലേക്ക് ആവാഹിക്കുന്നു. ഐസ് ക്യൂബിലലിയുന്ന വിസ്കി ഊറിക്കുടിക്കുന്ന എന്ന പ്രയോഗത്തിൽ പരുന്തിന്റെ ഊറി കുടിക്കലുമായി തുലനവും സാധ്യമാകുന്നുണ്ട്.'

ഒരുവേള ടി. കെ എന്ന ജീനിയസിന്റെ സ്വത്വം അക്കഡമിക് ഔന്നത്യത്തിന്റെ സ്വത്വമാണ്. W.B. Yeatsന്റെ കവിതയിലെ പരുന്തിനെപ്പോലെ വിളിച്ചാലും തിരികെ വരാത്തതല്ല ഈ പരുന്ത്, മറിച്ച് അത് വിളിക്കാതെ എത്തുകയും പറയാതെ പോവുകയും ചെയ്യും. ഇത്തരത്തിൽ ജീവിതത്തിന്റെ അനിശ്ചിതത്വം ടി.കെയുടെ ഏതാനും ചില സവിശേഷ ജീവിതമുഹൂർത്തം സൂചിപ്പിച്ച് കവിതയെ ജൈവവത്താക്കുന്നുണ്ട്: '

'പാലക്കാടൻ കുരുമുളകച്ചാറും
കൊച്ചീ പപ്പടവും മാമ്പഴക്കാളനും
ചേർത്ത് കുഴച്ചും
മറവികൾക്കും ഓർമകൾക്കുമിടയിൽ
സൈദ്ധാന്തികതയുടെ തീ പിടിച്ച ഉപ്പേരി
കോരിയെടുക്കവേ
പൊള്ളിയ കൈ കുടഞ്ഞ്
....
ഇടയ്ക്കെപ്പോഴോ

തലശ്ശേരിയിലൊരു സെമിനാറിനായി
ധൃതിയിൽ ജൂബ ധരിച്ചിറങ്ങവേ
ട്രെയ്ൻ തെറ്റി...

സൈദ്ധാന്തിക വിശകലനത്തിൽ ടി.കെ.യ്ക്കുണ്ടായിരുന്ന ശുഷ്ക്കാന്തി കവിതയിൽ ആവിഷ്ക്കരിക്കുന്നത് അതിനു ചേർന്ന രൂപകങ്ങളിലൂടെയാണ്:

'ഒരു കപ്പ് കട്ടൻച്ചായയിൽ നിന്ന്
സിമിയോട്ടിക്സും പാരഡൈം ഷിഫ്റ്റും
പകർത്തി
മൗലികതയുടെ ആശയസംവാദത്തിൽ
വികാരങ്ങളുടെ സാമൂഹ്യ ചരിത്രം കലർത്തി
തുണി വലിച്ച് കീറുന്ന ശബ്ദത്തിൽ ചിരിച്ച്
ഏകാന്തതയുടെ രാഷ്ട്രീയത്തിൽ
ബഹുസ്വരതയെ സ്ഥാപിക്കും
റോമില ഥാപ്പറും പിയറി ബോർദ്യുവും
കാളിദാസനും സെയ്ദും ലക്കാനും
ലവി സ്ട്രോസും
ക്രിസ്റ്റ്യൻ മാറ്റ്സും ഷേക്സ്പിയറും
അവസാനം കേട്ട സിംഫണിയും'.

ആധുനികോത്തരവും (Post modern) ഉത്തരാധുനികോത്തരവുമായ (Post-post modern) എത്ര സിദ്ധാന്തങ്ങളും സൈദ്ധാന്തികരുമാണ് ഇവിടെ ഇതൾ വിടർത്തുന്നത്. വിജനതയിൽ മിഴിയനക്കി പകയ്ക്കുന്ന പരുന്തിൽ തുടങ്ങുന്ന കവിത അവസാനിക്കുന്നതാകട്ടെ, തന്നോടൊപ്പം പറക്കാൻ കഴിയാത്ത ഭൂമിയിലെ നിഴലുകളെ വിട്ട് അത് ചക്രവാളത്തിലേക്ക് പറക്കുന്നു എന്ന് പറഞ്ഞുകൊണ്ടാണ്. മറ്റ് സ്മൃതികാവ്യങ്ങളിൽ നിന്ന് വ്യത്യസ്തമായി ടി.കെ രാമചന്ദ്രനെ ഈ കവിതയിൽ നേരിട്ട് സൂചിപ്പിക്കുന്നില്ല, അങ്ങനെ സൂചിപ്പിക്കാതെ തന്നെ ടി.കെ യെ ഓർമിക്കുകയും ചെയ്യുന്നു.

ഡി. വിനയചന്ദ്രനേയും അക്കിത്തത്തേയും കുറിച്ചുള്ള കവിതകളിൽ ഇരുവരുടേയും കവിതകളുടെ സൂചനകളിലൂടെയാണ് ആവിഷ്ക്കാരം സാധ്യമാക്കുന്നത്. വിനയചന്ദ്രന്റെ കാട് എന്ന കവിതയെ അധികരിച്ചാണ് ഈ ചെറു കവിത രചിച്ചിരിക്കുന്നത്. എന്നാൽ അക്കിത്തമെന്ന കാവ്യ പ്രഭയുടെ പ്രകാശരേണുക്കൾ തന്റെ ചുറ്റും വിലയിക്കുന്നത്ര ഉദാത്തമാണ് അക്കിത്തത്തിന്റെ കാവ്യലോകമെന്ന് കവിതയിൽ സമർത്ഥിക്കുന്നു. പക്ഷേ, ഇരുപതാം നൂ

റ്റാണ്ടിന്റെ ജീർണബിംബങ്ങൾ പുതിയ നൂറ്റാണ്ടിലേക്ക് ഇഴഞ്ഞ് വരുന്ന സൂചനയിലൂടെ അക്കിത്തം സ്മരണയെ പുതിയ കാലത്തിന്റെ കാവ്യധാരയിലേക്ക് ആനയിക്കാൻ ഈ കവിതയ്ക്കാകുന്നു.

കവിതയിലെ ഉത്തരാധുനികത

ശ്രീ.രാജുവള്ളിക്കുന്നത്തിന്റെ 'നീലസാരിയുടുത്തവൾ' എന്ന കവിത ആദ്യം വായിക്കുമ്പോൾ ഒരു വിഭ്രമാത്മക രചനയായാണ് തോന്നിയത്. വിഭ്രമാത്മകതയുടെ സാധാരണ രൂപകങ്ങൾ ഇതിൽ കുറെയുള്ളത് കവിതയെക്കുറിച്ച് അത്തരത്തിലുള്ള വായനയെ സത്യത്തിൽ പ്രോത്സാഹിപ്പിക്കുന്നുമുണ്ട്.

നീലസാരിയുടുത്തവൾ
പകൽ ചിരിക്കുന്നപോലെയല്ല
വെറുതെ ഇരിക്കുന്നത്
ഇരമ്പിവരുന്ന പുരുഷാരത്തെ
അവൾ വകവയ്ക്കാറില്ല
മഞ്ഞ മുളകൾക്കരുകിൽ അവൾ
വെറുതെ നിൽക്കുകയാണെന്ന്
കരുതിയെങ്കിൽ തെറ്റി
വിടർന്ന കണ്ണുകളിൽനിന്ന്
നീലത്താമരയിതൾ പൊഴിയുന്നത്
പകൽവെളിച്ചത്തിൽ നിന്ന്
പ്രകാശം അരിച്ചെടുക്കുന്ന പോലെ.
അവൾ മിണ്ടാതിരിക്കുമ്പോൾ
അകലെയെവിടെയോ
കറുത്ത ഫലിതംപോലെ
സന്ദേഹങ്ങൾ അടർന്നുവീഴുന്നുണ്ടെന്ന് ഓർക്കുക.

ഇങ്ങനെ തുടങ്ങി 'നീലക്കടുപ്പങ്ങൾ ചാർത്തി പിടിതരാതെ പോകുന്നുവെന്നും' 'നീല വെളിച്ചമെന്നു' മൊക്കെയുള്ള സമാധാനങ്ങളിൽ നീലസാരിയുടുത്തവൾ തിരിഞ്ഞുനോക്കണമെന്നില്ലെന്നും തുടങ്ങി കവിതയിൽ വാരിവിതറിയിരിക്കുന്ന നീലിമ ഒരു യക്ഷിക്കഥപോലെ നമ്മെ ഭ്രമിപ്പിക്കുന്നു. പ്രത്യക്ഷത്തിൽ, ഒരു യക്ഷിക്കഥയായി തോന്നിപ്പിക്കും വിധമാണ് ഈ ബിംബങ്ങളും

രൂപകങ്ങളും കവിതയിൽ ഉപയോഗിക്കുന്നതും.

യക്ഷിക്കഥകളുടെയും, വിഭ്രമാത്മകവും മായികവുമായ കഥാപ്രപഞ്ചത്തിന്റെയും ആർജ്ജിത സംസ്കാരമുള്ള മലയാള വായനാസമൂഹത്തിനുമുന്നിൽ കവിത ഇത്തരമൊരു വായനയുടെ സാധ്യത തുറക്കുന്നത് തടയാനുമാവില്ല. എന്നല്ല, മനസ്സിന്റെ നേർത്തതും ലോലവുമായ ഭാവങ്ങളെ തൊട്ടുണർത്തുന്ന ചില സൂചനകൾ ഈ കവിതയിൽ ഇടയ്ക്ക് പ്രത്യേകം ചേർത്ത് കവിതയുടെ മായികതയെ ഭാവഗീതത്തിന്റെ സാരള്യത്തിലേക്ക് പകർത്തുന്ന ഒരു ക്രമംപോലും കവിതയിലുണ്ടോ എന്ന് സംശയിക്കാവുന്നതുമാണ്. 'അവൾ ഊരിവെച്ച വളകൾ എടുത്തണിയണമെന്നും', 'കിതപ്പുകൾ പകർന്നെടുക്കണമെന്ന്, നിങ്ങൾക്ക് തോന്നുന്നുണ്ടാകുന്നെന്നും, വിടർന്ന കണ്ണുകളിൽ നിന്ന് നീലത്താമരയിതൾ പൊഴിയുന്നുണ്ടെന്നും - ഇവ ഉദാഹരണം.

കവിതയിലെ നീലസാരിക്കാരി ആരാണെന്ന അന്വേഷണം നിരർത്ഥകമാണ്. കാരണം, വസ്തുതാപരമോ ബോധപരമോ ആയ എല്ലാ തലങ്ങൾക്കുമപ്പുറം അതൊരു ഭ്രമത്തിന്റെ സൂചനകളാണ് നൽകുന്നത്. ഭ്രമാത്മകതയുടെ തലത്തിലാണ് കവിതയിൽ ചേർത്തിരിക്കുന്നതും. എന്നാൽ ഭ്രമാത്മകതയെ വിരുദ്ധോക്തിയിൽ കലർത്തി ഭ്രമമേത്, വസ്തുനിഷ്ഠമേത്, ആലോചനയേത്, വികാരമേത് എന്നറിയാതെ ഒന്നിനുമൊരു തീർപ്പ് കല്പിക്കാതെയും പറയുന്നു. തീർപ്പ് കൽപ്പിക്കുക കവിതയുടെ ബാദ്ധ്യതയല്ലെന്നിരിക്കെ ഈ ഭ്രമാത്മകത കവിതയെത്തന്നെ സൂചിപ്പിക്കുന്നതായി കരുതുന്നതിലും തെറ്റില്ല.

പകൽ ചിരിക്കുന്നപോലെയല്ല
വെറുതെ ഇരിക്കുന്നത്
പറഞ്ഞത് കേൾക്കുന്നതിനേക്കാൾ
എഴുതാത്തത് വായിക്കുക പ്രയാസമാവും
പകൽവെളിച്ചത്തിൽനിന്ന്
പ്രകാശം അരിച്ചെടുക്കുന്നപോലെ
അറിവുകളെ ഒരു പകപ്പിൽ
രാത്രിയിലേക്ക് കരുതിവെയ്ക്കുന്നുവെന്നതും
തോന്നൽ മാത്രം

ഇത്തരത്തിൽ യാഥാർത്ഥ്യമായിരിക്കുന്നതിനെ, അതിന്റെ വസ്തുതാപരമായ ക്രമം തകർക്കാതെതന്നെ, ലോകസാധാരണമായ കാര്യങ്ങൾ കൂട്ടിക്കലർത്തി ഭ്രമാത്മക തലത്തിൽ നിബന്ധി

ക്കുന്നു. ഈ കവിതാരീതി ഒരു പുതുമയാണ്. ബോധമോ അറിവോ ധാരണയോ എന്തായാലും തന്നെ അതിന്റ ഘടനയെ മറ്റ് ഘടനകളുമായി ചേർത്ത് രൂപപ്പെടുത്തുന്ന ഈ നവഘടന ഒരേ സമയം കവിതയിലും കാവ്യഭാഷയിലും പുതിയതാണ്. കവിതയിൽ, ഇതിനിടയിൽ രണ്ട് കാര്യങ്ങൾ അതുപോലെ ആവിഷ്കരിച്ചിരിക്കുന്നുമുണ്ട്. മെറ്റഫർ എന്ന് തോന്നിപ്പിക്കുന്നവയായി ചേർത്തിരിക്കുന്ന ഇവ സത്യത്തിൽ വസ്തുതകളാണ്.

മഞ്ഞ മുളകൾക്കരുകിൽ
അവൾ വെറുതെ നിൽക്കുകയാണ്
അവൾ ഊരിവെച്ച വളകൾ
എടുത്തണിയണമെന്ന് തോന്നും

ഇങ്ങനെയുള്ളവ പ്രണയഭാവങ്ങളുടെ ആവിഷ്കാരമാണെന്ന് പ്രത്യക്ഷത്തിൽ തോന്നുന്നുണ്ടുതാനും. മഞ്ഞമുളകൾ കവിഭാവനയെ എന്നും ഉദ്ദീപിപ്പിക്കുന്ന ഒരു ബിംബമാണ്. രാജുവള്ളിക്കുന്നത്തിന്റെതന്നെ 'സെൻഭിക്ഷു ചായ പകരുന്നു' എന്ന കവിത തുടങ്ങുന്നതുതന്നെ ഇത്തരത്തിൽ 'പച്ചിലച്ചാറൊഴുകിയ' പാടുള്ള 'മഞ്ഞമുളകളെ' സൂചിപ്പിച്ചുകൊണ്ടാണ്. മഞ്ഞമുളകൾക്കരുകിൽ നിൽക്കുന്നവളും, ഊരിവെച്ച വളകൾ എടുത്തണിയാൻ പാകത്തിൽവരുന്നതും കവിതയിലെ ഭ്രമാത്മകതയ്ക്ക് വിരുദ്ധമായി കവിത അവസാനിക്കുന്ന ഈ വരികളെ ലക്ഷ്യമാക്കിയുള്ളവയാണെന്ന് വ്യക്തം:

അഥവ, അറിവുകളെ ഒരു പകപ്പിൽ
രാത്രിയിലേക്ക് കരുതി വെയ്ക്കുന്നുവെന്നതും
തോന്നൽമാത്രം
പാകംവന്ന ഒരു പകൽപോലെയല്ല
പാകമാകാത്ത മടുക്കുന്ന രാത്രി

പാകമാകാതെ തന്നെ മടുക്കുന്ന രാത്രി കാലത്തിന്റെ പ്രേരണകളിലേക്കുള്ള കൺതുറക്കലാണ്. ചുരുക്കത്തിൽ പറയുകയോ പാടുകയോ ചെയ്യാത്ത ഒരു രീതി കാവ്യഭാഷയിൽ അവലംബിക്കുന്ന ഈ കവി നീലസാരിയുടുത്തവൾ എന്ന കവിതയെ ഭ്രമാത്മകമോ യാഥാർത്ഥ്യമോ അല്ലാത്ത ഒരു തലത്തിൽ ആവിഷ്കരിച്ചിരിക്കുകയാണ്. മാത്രവുമല്ല, പാകമാകാത്ത രാത്രി മടുക്കുന്നുവെന്ന സൂചനയിലേക്കെത്തുവാൻ നിങ്ങളുടെ (കവിതയിൽ കാഴ്ചക്കാരൻ) ഇച്ഛാഭംഗങ്ങളുടെ ഒരുനിരതന്നെ കവിതയിൽ അവസാനഭാഗത്ത് അവതരിപ്പിക്കുന്നുണ്ട്.

ഇത്തരത്തിൽ നിരകൾ അവതരിപ്പിക്കുന്ന ഒരു രീതി ഇദ്ദേഹത്തിന്റെ മറ്റു കവിതകളിലും കാണാം.

ഈ കവിത വായിച്ചുകഴിയുമ്പോൾ നീലസാരിയുടുത്തവാളാരെന്ന സരളമായ ചോദ്യംതന്നെ വായനക്കാരനെ ഭ്രമിപ്പിച്ചേക്കാമെങ്കിലും യഥാർത്ഥത്തിൽ ഈ കവിതയിൽ ഇതുൾപ്പെടെ ഒരു വിചിന്തനവും പ്രസക്തമല്ലെന്നതാണ് വാസ്തവം. ഈ കവിത വായിക്കുന്ന ഒരാളിൽ സ്വാഭാവികമായും ഈ കവി അടുത്തിടെ ഒരു അഭിമുഖത്തിൽ പറഞ്ഞ കാര്യങ്ങൾ കടന്നുവന്നേക്കാം:

'....പോസ്റ്റ്മോഡേൺ, സവിശേഷതയ്ക്കു വിരുദ്ധമായി ചില ക്രമങ്ങളെ അങ്ങനെതന്നെ അനുഭവിപ്പിക്കുന്ന ഒരു തലമാണ് പ്രദാനം ചെയ്യുന്നത്. ചിത്രീകരണത്തിനസാധ്യമായതിനെ പ്രതിനിധീകരിക്കുന്ന സ്വഭാവമാണ് അത് കൂടുതൽ പ്രകടിപ്പിക്കുന്നത്. ഒരു ഉത്തരവാദിത്വവും അത് ഏറ്റെടുക്കുകയില്ല. ഒന്നിനോടും ഒരു ദാർഢ്യവും അത് പ്രകടിപ്പിക്കുകയുമില്ല. അവതരിപ്പിക്കപ്പെടുന്ന, ആവിഷ്കരിക്കപ്പെടുന്ന ഒന്ന് അങ്ങനെതന്നെ കടന്നുപോകുന്നു.. (സർഗധ്വനി മാർച്ച്- ഏപ്രിൽ 2011) ഇതേ അഭിമുഖത്തിൽതന്നെ തന്റെ നീലസാരിയുടുത്തവൾ എന്ന കവിത പോസ്റ്റ് മോഡേൺ സ്വഭാവം പ്രകടിപ്പിക്കുന്നില്ലേയെന്ന അഭിമുഖകാരന്റെ സംശയം കവി ശരിവയ്ക്കുന്നുമുണ്ട്.

ചുരുക്കത്തിൽ, ഭ്രമാത്മകമോ വസ്തുതാപരമോ എന്നു പറയാനാവാത്തതും രൂപകങ്ങളോ വസ്തുതകളോ എന്ന് നിർണയിക്കാനാവാത്തതുമാണ് ഈ കവിതയുടെ ആവിഷ്കാരതലം. മഞ്ഞമുളകൾക്കരുകിൽ നിൽക്കുന്നത് സൂചിപ്പിച്ചോ നിങ്ങൾക്ക് എടുത്തണിയാൻ പാകത്തിൽ വളകൾ ഊരിവെച്ച് പ്രണയാഭിലാഷങ്ങളെ ബിംബവൽക്കരിച്ചോ നീലസാരിയുടുത്തവളോടടുക്കുവാനുള്ള ശ്രമങ്ങൾക്കെല്ലാം ഇച്ഛാഭംഗം നേരിടുന്നതായാണ് സൂചന. അറിവുകളെ രാത്രിയിലേക്ക് കരുതി വെയ്ക്കുന്നത് ഒരു പകപ്പിലാണെന്നും, പാകമാകാത്ത രാത്രി മടുക്കുന്നുവെന്നും ഇങ്ങനെ കൃത്യമായ ഒരുത്തരവും ആയാതെ നീലസാരിയുടുത്തവൾ എന്ന കവിത ഒരുത്തരവാദിത്ത്വവും ഏറ്റെടുക്കുന്നില്ലെന്ന് മാത്രമല്ല, കുറെയൊക്കെ നിരുത്തരവാദപരമെന്ന് തോന്നുംവിധം കാര്യങ്ങളെ നോക്കിക്കാണുന്നുമുണ്ട്. ഇതിനിടയിൽ, 'കറുത്ത ഫലിത'മെന്ന ചരിത്രസൂചനകളെക്കൂടി കവിതയിൽകൊണ്ടുവരാനും ശ്രമിക്കുന്നു. അപ്പോൾ സൗന്ദര്യപരമായി സമീപിച്ചാൽ ഓരോരോ സൂചനകളും അതിന്റേതായ ആവിഷ്കാരത്തിലോ

ഘടനയിലോ വേറിട്ടുനിൽക്കുകയാണെന്ന് കാണാം. പക്ഷേ ഇവ ടി.എസ്. എലിയറ്റിലും മറ്റും കണ്ടതുപോലെ ശ്ലഥബിംബങ്ങളായല്ല മറിച്ച്, പാകമാകാത്ത രാത്രിയുടെ മടുപ്പുകളിലേക്ക് നീണ്ടുവരുന്ന നിരകളായാണ് വരുന്നത്. പകലിന്റെയും രാത്രിയുടെയും വ്യത്യസ്ത മായികതകളും സവിശേഷതകളുംപോലെ, ചിരിയും വെറുതെ ഇരിക്കലുംപോലെ പാകമാകലും പാകമാകായ്കലും പോലെ കവിതയോടുള്ള എല്ലാ സമീപനങ്ങളേയും നിരന്തരം വഴി തെറ്റിക്കുന്ന ഈ കവിതയുടെ ജീവൻ ഇടയ്ക്കൊരു പ്രയോഗത്തിൽ സന്നിവേശിപ്പിച്ചിരിക്കുന്നു: 'നീലക്കടുപ്പങ്ങൾ ചാർത്തി അവ പിടിതരാതെ പോകും' നീലക്കടുപ്പങ്ങൾ വികാരാവിഷ്കാരങ്ങളായല്ല മറിച്ച് ഡേവിഡ് സാലിയുടെ നീലപ്രതലം എന്ന പ്രസിദ്ധചിത്രം പോലെ ഓരോരുത്തർക്കും സൃഷ്ടിക്കാവുന്ന അനുഭവ പ്രപഞ്ചമായി നീലക്കടുപ്പങ്ങൾ മാറുകയാണ്.

ചെറിയ കവിതകളുടെ സൗന്ദര്യശാസ്ത്രം

കവിതകളുടെ സൗന്ദര്യശാസ്ത്രത്തെ അന്വേഷിക്കുന്നത് കാവ്യശാസ്ത്ര പരമാകുമ്പോൾ ചെറിയ കവിതകളുടെ സൗന്ദര്യാനുഭവങ്ങൾ പ്രത്യേകം പഠിക്കുന്നതിന് എന്താണ് സാധൂകരണം? കവിത ചെറുതോ വലുതോ എന്ന ഒരു ചോദ്യം സാധാരണ ഗതിയിൽ കവിതാ പഠനത്തിൽ ആവശ്യമുള്ളതല്ല. എന്നാൽ ചെറിയ കവിതകളെ പ്രത്യേകം പഠിക്കുന്നത് കാവ്യഘടനയെക്കുറിച്ചുള്ള അന്വേഷണങ്ങളെ ത്വരിതപ്പെടുത്തുന്നു. അത് കവിതയുടെ നവീകരണത്തെ ക്കുറിച്ചുള്ള സമീപനങ്ങളെ കൂടുതൽ ഊർജ്ജവത്താക്കുന്നുണ്ട്. മലയാളത്തിൽത്തന്നെ അനുഷ്ടുപ്പ് വൃത്തത്തിലെഴുതിയ ശ്ലോകങ്ങളും പഴയ മുക്തകങ്ങളും തുടങ്ങി കുഞ്ഞുണ്ണിക്കവിതകൾ വരെ ഈ ദിശയിലുണ്ട്. ലോക കവിതയിൽ ഇതേറ്റവും പ്രചാരം നേടിയത് ജാപ്പനീസ് ഹൈക്കു മാതൃകയിലാണ്. പക്ഷേ അതിൽ മൂന്ന് വരികളും ഓരോ വരിയിലും കൃത്യം സിലബിളും ഘടനാബദ്ധമാണ്. 5,7, 5 എന്നും കൂടാതെ ഏറെ ധ്യാനാത്മകമായിരിക്കണം രചന പൊതുവിൽ. ഇംഗ്ലീഷിൽ ഗീതകം (Sonnet) എന്ന ശാഖയ്ക്കും ഇതുപോലെ രണ്ട് ഖണ്ഡങ്ങളും അതിൽത്തന്നെ മാത്ര നിബന്ധനകളുമുണ്ട്. എന്നാൽ മലയാളത്തിലെ ആധുനികതയിൽ പിറന്ന ലഘുകാവ്യങ്ങളിൽ ഒറ്റവരി മുതൽ എട്ട് / പത്ത് വരികൾ വരെ കണ്ടെത്താവുന്നതാണ്. ചിലതിൽ 12 വരികൾ മുതൽ 15 വരെയും നീണ്ടിരുന്നു. അയ്യപ്പപ്പണിക്കരുടെ 'ദൈവത്തി ഒന്ന്', കാർ, അയ്യർ കളി തുടങ്ങി ഏറെ കവിതകളുണ്ട്. കെ. ജി ശങ്കരപ്പിള്ളയുടെ 'രമണൻ' 'അഭിമുഖം' എന്നിവ ഈ വിഭാഗത്തിൽ ഏറെ ശ്രദ്ധ നേടിയതാണ്. സച്ചിദാനന്ദന്റേയും ജി. കുമാരപിള്ളയുടേയും എം. ഗോവിന്ദന്റെയും കക്കാടിന്റെയും ചില കവിതകൾ ഇത്തരത്തിലുണ്ട്. രാജു വള്ളിക്കുന്നത്തിലേക്ക് വരുമ്പോൾ ഒറ്റ വരിയിലുള്ള 'പൂച്ച' യിൽ തുടങ്ങി 'കേബിൾ കിനാവ്,'

'ആത്മബോധം ഒരു ഭാഷാ കവിത', '69', 'കാലഘട്ടം', 'പ്രതിപദം', 'അറിയാതെ' 'കേക' ഇങ്ങനെ ഒരുപിടി കവിതകൾ കാണാവുന്നതാണ്.

'പൂച്ചയൊരു വർത്തമാനകാലമാണ്' എന്ന ഒറ്റവരി ആദ്യ വായനയിൽ ഒരല്പം അമ്പരപ്പുണ്ടാക്കിയേക്കാം. എന്നാൽ സൂക്ഷ്മ വായനയിൽ പൂച്ചയും വർത്തമാനകാലവും രണ്ട് അതിസങ്കീർണ്ണമായ കോഡുകളാണെന്ന് കാണാം. പൂച്ചയെന്ന വസ്തുതയെ (നാമം) വർത്തമാനകാലമെന്ന കാലഗണനയിൽ ചേർത്ത് പൂച്ച തന്നെ ഒരു കാലമാണെന്ന് വരുത്തുന്നു. അപ്പോൾ പൂച്ച ഒരു ജീവി എന്നതിൽ നിന്ന് ലാളനയിൽ സുഖമനുഭവിക്കുന്ന ഒരു pet (വളർത്തു മൃഗം) ആയി പരിഗണിക്കപ്പെടുന്നു. ലാളിച്ച് വഷളാക്കിയത് എന്ന ചൊല്ലിലേക്ക് അത് ചേർന്നു നിൽക്കുന്നു. വർത്തമാനകാലത്തെ സുഖലോലുപതയും അലംഭാവവും ചേർന്ന് വഷളാകുന്ന ഒരു തലമുറ എന്ന അർത്ഥത്തിലേക്ക് കവിതയിലെ വർത്തമാന കാലം പരിണമിക്കുന്നു. ചേർന്ന് നിന്ന്, ഇഴംകിചേർന്നതായി അഭിനയിച്ച് നമ്മെ വഴിതെറ്റിക്കുന്നത് എന്ന അർത്ഥത്തിലും, വർത്തമാനകാലത്തിന്റെ വഞ്ചനയെന്ന തലത്തിലും, കാലികമായി കാണുന്നതൊന്നും യാഥാർത്ഥ്യമല്ലെന്നും ('ഇത് മഴയല്ല' എന്ന കല്പനയിലും ഇത് കാണാം) യാഥാർഥ്യമെന്നത് ഒന്നല്ല പലതാണെന്ന സത്യനന്തര (post truth) ദർശനവുമൊക്കെ ഈ ഒറ്റ വരിക്കവിതയിൽ അന്തർലീനമായിട്ടുണ്ട്. വായനക്കാരൻ വായിച്ചെടുക്കുന്ന കൃതിയെന്ന ആധുനികോത്തര നിലപാടും ഈ കവിതയിൽ ഉന്നയിക്കാവുന്നതാണ്.

'കേബിൾക്കിനാവ്' പുതിയ കാലത്തിന്റെ അപകടങ്ങൾ തന്നെയാണ് സൂചിപ്പിക്കുന്നത്. എല്ലാ അനുഭവങ്ങളും ആസ്വാദനങ്ങളും കേബിൾ വഴി വരുന്നതാണ് ഉചിതമെന്ന സാംസ്കാരിക വിരുദ്ധവും ജീവിത വിരുദ്ധവുമായ നിലപാടിനെ കവിതയിൽ വിമർശന വിധേയമാക്കുന്നത് കേബിൾ സംസ്കാരമുയർത്തുന്ന തല തിരിഞ്ഞ അവസ്ഥകൾ പകർത്തിക്കൊണ്ടാണ്, അത് ഉത്തരാധുനികമായ പാരഡി (Parody) യിലൂടെയാണ് നിർവ്വഹിക്കുന്നത്:

'എനിക്ക് സ്വപ്നം കാണാൻ
മുരിങ്ങച്ചുവട് വേണമെന്നില്ല
ഒരു കേബിൾത്തുമ്പ് മതി
റിമോട്ടിലെ സോഫ്റ്റ് ബട്ടണിൽ
ഒരു മൃദു സ്പർശം

തെളിഞ്ഞു വരും
സ്വപ്നങ്ങൾക്കു മാത്രമുള്ള നിറങ്ങൾ
ബന്ധങ്ങളിലെ ഭ്രമങ്ങൾ
തൃഷ്ണകളുടെ സർപ്പ സന്ദേശം
രതി തിരയടിക്കുന്ന സമുദ്രം
മണങ്ങൾ മറന്ന വസന്തം
ചുംബിക്കാനായുമെങ്കിലും
മുറുക്കമില്ലാത്ത പ്രണയം
കത്തി നിൽക്കുമെങ്കിലും
ചൂട് ചൊരിയാത്ത സൂര്യൻ
കണ്ണിന് ഐസ് ക്രീം ബോൾ
കാലം കൂടുതൽ ക്രൂരമാകുന്നു
എന്ന് പറഞ്ഞവനെതിരെ
കേബിൾ വാർ.

കവിത തുടങ്ങുന്നത് തന്നെ ചെറുകാടിന്റെ പ്രസിദ്ധമായ മുരിങ്ങച്ചുവട് പരാമർശിച്ചു കൊണ്ടാണ്. ഒരു കേബിൾത്തുമ്പിലൂടെ സ്വപ്നം കാണാനാകുന്നതാണ് സമകാലികാവസ്ഥ. പിന്നെ കവിതയിൽ പകർത്തുന്നതെല്ലാം ജൈവവിരുദ്ധമായ കാര്യങ്ങളാണ്; അത് കണ്ണിന് പകരം ഐസ്ക്രീം ബോൾ വരെ എത്തിനിൽക്കുന്നു. ഏറ്റവും അവസാനം, കൂടുതൽ ക്രൂരമാകുന്ന കാലത്തെക്കുറിച്ച് പറയുന്നവർക്കെതിരെ പ്രയോഗിക്കപ്പെടുന്നതും കേബിൾ യുദ്ധമാണ്. സർവ്വവും കേബിൾ മയമാകുന്ന ജീവിതത്തിന്റെ അപഹാസ്യാവസ്ഥയെ ഏതാനും വരികളിൽ കവിതയിൽ സംക്ഷേപിച്ചിരിക്കുന്നു.

'അറിയാതെ' എന്ന പന്ത്രണ്ട് വരി കവിത നഷ്ടങ്ങളെക്കുറിച്ചാണ്. നഷ്ടം ഈ കവിയുടെ മറ്റ് കവിതകളിലും വരുന്നുണ്ട്. പക്ഷേ ഇവിടെ നഷ്ടമാകുന്ന ദേശം, കൃഷിക്കാർ തുടങ്ങിയതിൽ നിന്ന് ഭാഷയിലെത്തുമ്പോൾ നമ്മൾ തന്നെ നഷ്ടപ്പെട്ടിട്ടുണ്ടാകുമെന്ന് കവിതയിൽ പറയുന്നു. കവിത നഷ്ടങ്ങൾക്കുപരി അവ അറിയുന്നതും അറിയാതിരിക്കുന്നതും ഇല്ലാതാകുന്നതും വിവിധ തലങ്ങളിൽ കവിതയിലുണ്ട്. ഏറ്റവുമവസാനം ഈ നഷ്ടങ്ങളൊന്നും രേഖപ്പെടുത്താനിടമില്ലെന്നത് അറിയുന്നുപോലുമുണ്ടാവില്ലെന്ന് സൂചിപ്പിക്കുന്നു. ഭൂകമ്പങ്ങൾ സൃഷ്ടിക്കുന്ന നഷ്ടങ്ങൾ മൂർത്തമാകുമ്പോൾ ദേശം തന്നെ നഷ്ടമാകുന്നത് അമൂർത്തമായാണ് അനുഭവതലത്തിലെത്തുന്നത്; കാരണം അതിന് ഉപോ

ൽബലകമായ നിരവധി ഘടകങ്ങൾ അറിയേണ്ടതുണ്ട്. അത് ഭൂമിശാസ്ത്രപരമായ ദേശത്തിനപ്പുറം ഭാഷ, സംസ്കാരം, ജീവിതം, സ്വാതന്ത്ര്യം തുടങ്ങി അനേകം വിഷയങ്ങളിൽ വ്യാപരിക്കുന്നതാണ്. എന്നാൽ ഈ കവിതയിൽ അതെല്ലാം കൂടി ഭാഷയെന്ന ഒറ്റ വസ്തുതയിൽ സംക്ഷേപിച്ചിരിക്കുകയാണ്. ഭാഷയാണ് യാഥാർത്ഥ്യമെന്നിരിക്കെ ഭാഷയുടെ നഷ്ടത്തോടെ നഷ്ടങ്ങൾ രേഖപ്പെടുത്താൻ പോലും ഇടമില്ലെന്നത് അറിയുക പോലുമില്ലെന്നാണ്. അപ്പോൾ കവിത വെറും നഷ്ടങ്ങൾക്കുപരിയായി നമുക്ക് നമ്മെ തന്നെ നഷ്ടമാകുന്ന ഭീതിയാണ് പ്രകടമാകുന്നത്. പക്ഷേ ഇതൊന്നും രേഖപ്പെടുത്താനാകാതെ വരുന്നതോടെ ചരിത്രം തന്നെ നഷ്ടമാകുന്നു എന്ന് സൂചിപ്പിക്കുന്നു. ഒട്ടേറെ ഭയപ്പാടുകൾ ചൂണ്ടിക്കാട്ടി 'തനിക്കറിയില്ല ഈ ഭയപ്പാടിനൂറ്റങ്ങൾ' എന്നെഴുതി കാലത്തെ ഗ്രസിക്കുന്ന ഭയപ്പാടിന്റെ ഊറ്റം 'ഭയപ്പെട്ട്' എന്ന കവിതയിൽ ഈ കവി നേരത്തെ വരച്ചുകാട്ടിയിട്ടുണ്ട്.

'ആത്മബോധം: ഒരു ഭാഷാ കവിത' വിഭ്രാന്തികളുടെ ചെറു കവിതയാണ്

'ഞാൻ ആരാണെന്നും
എവിടെയാണെന്നും
അറിയായ്ക പോലെ
നീ ആരാണെന്നും
എവിടെയാണെന്നും
അറിയുന്നില്ല.
നമ്മൾ ആരാണെന്ന്
നമുക്കറിയായ്ക പോലെ
എവിടെയാണെന്ന്
ഒരു നിശ്ചയവുമില്ല'.

വിഭ്രാന്തി ഏറിയ പങ്കും സ്വത്വബോധത്തിലധിഷ്ഠിതമാണ്. ആത്മബോധം തന്നിലേക്ക് തന്നെ നോക്കി, തന്റെയുള്ളിലെ ആത്മദീപം ജ്വലിപ്പിച്ച് നേടുന്ന നേടേണ്ട ഒന്നാണെന്നും ഇതിന് ആത്മവിദ്യയാണ് പരിശീലിക്കേണ്ടതെന്നും വേദാന്ത- യോഗദർശനങ്ങൾ പറയുന്നു. പക്ഷേ ഈ കവിതയിൽ ഇത് ഒരേ സമയം സ്വത്വവും സ്ഥലവും അപരത്വവും ചേർന്ന് വരുന്ന ഒന്നാകുന്നു. കവി സച്ചിദാനന്ദൻ ഈ കവിതയെക്കുറിച്ച് ഇങ്ങനെ എഴുതിതിയിട്ടുണ്ട്:

'ഇങ്ങനെയുള്ള സ്വത്വവിഭ്രാന്തികളും സ്ഥലവിഭ്രാന്തികളും

കാലവിഭ്രാന്തികളും, അവനവനും അപരനുമായുള്ള ബന്ധവിഭ്രാന്തികളും വിഷയമാകുന്നു'. 'പ്രതിപദം' എന്ന ചെറുകവിതയിലും ആത്മബോധത്തിന്റെ അകപ്പൊരുൾ സ്വയമലിഞ്ഞ് സഹനത്തിന്റെ ശയ്യകളായി നിനവിൽ നിറയുന്ന ക്രമമാണ് സൂചന. ഇവിടെ പ്രതിപദത്തിൽ തുടങ്ങുന്ന തിഥിയായും പദം പ്രതി, ഇരവ് പകൽ വ്യത്യാസമില്ലാതെ ആത്മവത്തയുടെ ചോദ്യങ്ങളുന്നയിക്കുന്നതലമായും കവിത മാറുന്നു. ആത്മവത്തയുടെ ഇത്തരം നീറ്റലുകൾ കവിയുടെ ഏറെ കവിതകളിൽ കാണാമെങ്കിലും കേവലം എട്ട് വരികളിൽ ഇത്ര ഗഹനമായ ആശയങ്ങൾ ദർശനസമാനമായി സംക്ഷേപിക്കുന്നത് അപൂർവ്വതയാണ്. 'കാലഘട്ടം' പെൺമയെ കുരുക്കുന്ന ഹീനതകളെ പുരാണങ്ങളിൽ നിന്നും ചരിത്രത്തിൽ നിന്നും ഏടുകൾ പകർത്തി അവതരിപ്പിക്കുന്നു. സൂര്യനെല്ലി സംഭവത്തിന്റെ പശ്ചാത്തലത്തിൽ രചിച്ചതായി കരുതാമെങ്കിലും കവിത എല്ലാ കാലത്തും സ്ത്രീത്വത്തെ കടന്നാക്രമിക്കുന്നതിനെതിരായ നിലപാടുള്ളതാണ്. 'കേക' കവിതയിലെ വൃത്തശാഠ്യങ്ങളെ നർമത്തിൽ ആവിഷ്ക്കരിക്കുമ്പോഴും കവിത ഉയർത്തുന്ന സ്വാതന്ത്ര്യത്തിന്റെ അർത്ഥങ്ങളും അർത്ഥാന്തരങ്ങളും വിഷയമാക്കുന്നുണ്ട്. ചെറുകവിതകൾ കല്ലേറു പോലെയാണെന്ന് പറയാറുണ്ടെങ്കിലും ഈ കവിതകൾ കല്ലേറേറ്റുണ്ടാകുന്ന മുറിവുകൾക്കുമപ്പുറം ഏറിനുമുമ്പും ഏൽക്കലിനുശേഷവും ഇവയ്ക്കുരണ്ടിനുമിടയിൽ പിടയുന്ന കാലത്തിന്റെ സമസ്യകളെ അനാവരണം ചെയ്യുന്നുണ്ട്. ചെറുകവിതകളെക്കുറിച്ചുള്ള കാവ്യവിചാരത്തിന്റെ പ്രസക്തിയുമതുതന്നെയാണ്.

നർമ കവിതകൾ

മലയാള കവിതയെ കുഞ്ചനുമുൻപും പിൻപും എന്ന് വേർതിരിച്ചത് കവി അയ്യപ്പപ്പണിക്കരാണെന്ന് രാജു വള്ളിക്കുന്നം എഴുതിയിട്ടുണ്ട്. അയ്യപ്പപ്പണിക്കരുടെ നർമ കവിതകളും നർമ സംഭാഷണങ്ങളും സമാഹരിച്ച ഗ്രന്ഥത്തിന്റെ ആമുഖത്തിലാണ് എഴുതിയത്. 'ചിരിക്കുന്ന കഥ കേട്ടാൽ ഇരിക്കും ജനം/അല്ലേൽ തിരിക്കും:' എന്നെഴുതിയതും നമ്പ്യാർ തന്നെ. എന്നാൽ രാജു വള്ളിക്കുന്നത്തിന്റെ കവിതകൾ സമഗ്രമായി പരിശോധിക്കുമ്പോൾ ഒട്ടേറെ കവിതകൾ ഈ ദിശയിൽ കാണാനാവുന്നു. അയ്യപ്പപ്പണിക്കർ പല ദിശയിൽ നർമം പ്രയോഗിച്ച പോലെ വള്ളിക്കുന്നവും വളരെ വ്യത്യസ്ത ദിശകളിലാണ് നർമ്മം പ്രയോഗിച്ചിരിക്കുന്നത്. അതിൽ ഏറ്റവും പ്രധാനപ്പെട്ട കവിതയാണ് 'ചിലർ'. ഈ കവിതയിൽ ചിലർ ആരാണെന്ന് പ്രത്യക്ഷത്തിൽ പറയുന്നില്ല , പക്ഷേ ഉപയോഗിച്ചിരിക്കുന്ന അവസ്ഥകളും രൂപകങ്ങളും ബിംബങ്ങളും കേരളത്തിൽ അന്യംനിന്നു പോയ നക്സലൈറ്റ് പ്രസ്ഥാനത്തിലേക്കാണ് എത്തുന്നതെന്ന് കാണുക അസ്വഭാവികമല്ല.

കവിത തുടങ്ങുന്നത് ഒട്ടും വളച്ചുകെട്ടില്ലാതെ നേരിട്ട് പറയുന്ന രീതിയിലാണ്. ഒരു റിപ്പോർട്ടിംഗിന്റെ രീതിയിൽ തുടങ്ങുന്ന കവിതയിൽ പഴയ അതിവിപ്ലവകാരികൾക്ക് എന്ത് സംഭവിച്ചുവെന്ന് നേരേ പറഞ്ഞ ശേഷം ഇവരുടെ ഇന്നത്തെ അവസ്ഥ അവതരിപ്പിക്കുന്നു:

'ചിലർ നാടുവിട്ടു
ചിലർക്ക് ഭ്രാന്തായി
ചിലർ ആത്മഹത്യ ചെയ്തു'

ഇത്രയും പ്രസ്ഥാനത്തിന്റെ കെട്ടിറക്കത്തിലുള്ള വേദനയായാണ് പങ്ക് വയ്ക്കുന്നത്, എന്നാൽ തുടർന്ന് അവശേഷിച്ചവരുടെ ഇന്നത്തെ അവസ്ഥയിലേക്ക് കടക്കുമ്പോൾ വളരെ വ്യത്യസ്തമായ ജീവിതാവസ്ഥകളും സാംസ്കാരിക പ്രതിഫലനങ്ങളുമാണ്

കവിതയിൽ . ഇതിനിടയിലും ചില സൂചനകളിൽ നൈതികതയുടെ അഭാവത്തിലുള്ള പ്രതിഷേധത്തിന്റെ സാമൂഹിക ദുഃഖം (ദുരന്തം) ദർശിക്കാവുന്നതാണ്:

'വെറുതെയിരുന്ന ചിലർ
ഒബ്ലമോവുകളായി
അതിനും കഴിയാത്തവർ
പത്രാധിപന്മാരായി
പ്രതിരോധം ദഹിക്കാഞ്ഞ്
വായനക്കാർ പ്രതിഭാ പത്രികകൾഉപേക്ഷിച്ചു'
'പാഠഭേദദ്യേം മടുത്ത ചിലർ
കാട് കേറി;
ആദിവാസിപ്പാഠം കൊയ്യാൻ പോയി
പഞ്ചാരപ്പെട്രോളിൽ
ആദിപ്പാവങ്ങൾ ഉരുകിത്തീർന്നപ്പോൾ
പ്രതിഷേധത്തിന്റെ മെഴുകുതിരികൾ
അതിലും വേഗം
ചുരങ്ങളിൽ ഉരുകിത്തീർന്നു
മുദ്രാവാക്യം വിളിച്ചിട്ടും തീരാത്ത അരിശം
ഇന്റർനാഷണൽ പാടിത്തീർത്തു
പാട്ടും കൊട്ടും തെരുവാട്ടവും കണ്ട്
ഒരു ദുർദ്ദേവതയും പേടിച്ചോഴിഞ്ഞില്ല'.

പോലീസ് വെടിവെയ്പിൽ കൊല്ലപ്പെട്ടആദിവാസികളെ (മുത്തങ്ങ) പഞ്ചസാര ചേർത്ത പെട്രോളിൽ കത്തിച്ച് തെളിവ് പോലും അവശേഷിപ്പിക്കാതിരുന്ന സംഭവം വേദനാജനകമെങ്കിലും പാഠഭേദദ്യേവും ആദിവാസിപ്പാഠവും നർമം ജനിപ്പിക്കുന്നതാണ്. പ്രതിഷേധത്തിന്റെ മെഴുകുതിരികൾ വേഗം ഉരുകിത്തീർന്നെന്നും പാട്ടും കൊട്ടും തെരുവാട്ടവും കണ്ട് ഒരു ദുർദ്ദേവതയും പേടിച്ചോഴിഞ്ഞില്ലെന്നും പറയുമ്പോൾ ഒരു തരം ക്രൂര ഹാസ്യമാണ് ജനിക്കുന്നത്.

'സ്ത്രീവാദികൾ തേടിയ പെൺനീതി കാണാൻ
കോടതി മുറിയിൽ വെളിച്ചമില്ലായിരുന്നു'

എന്നെഴുതുമ്പോൾ നൈതികതയുടെ അഭാവത്തിലുള്ള ദുഃഖം സ്ഫുരിക്കുന്നുണ്ട്.

തുടർന്ന് ഇവർ വഴി തിരിഞ്ഞെത്തിയ ചില ദിശകൾ ആക്ഷേപഹാസ്യത്തിന്റെ മേമ്പൊടി ചേർത്ത് അവതരിപ്പിക്കുന്നു.

'ലാഭം വൈശിക തന്ത്രത്തിനെന്ന്കേട്ടിളകിയവർ
പാവം തെരുവ് പെണ്ണിന്റെ
ആത്മകഥ കേട്ടെഴുതി
പെൺ നീതി പതിപ്പ് തോറും
പുതുക്കിപ്പുതുക്കിയെഴുതി
സുരത ചാതുര്യം പെൺ മാനമാക്കി'.
'ഒരു വിസ്മയ പോംവഴിക്ക്
ചിലർ സായി ബാബയെ സ്തുതിച്ചു
ചിലർ അമൃതാനന്ദമയിയെ വാഴ്ത്തി
ഉപഭോക്താക്കളെ ചുവപ്പണിയച്ചവരും
പരിസ്ഥിതി നാശത്തിൽ
മനംനൊന്തവരും ഏറെ'
'ജൈവ കൃഷിക്ക് പാടത്തിറങ്ങിയവർ
ചെളിയിൽ കുഴഞ്ഞുവീണു
നവ സാക്ഷരർ
സിനിമാ പോസ്റ്റർ വായിച്ച പോലെ
ചുറ്റുപാടുകൾ ചിലർ
നേരിൽ കാണാൻ തുടങ്ങി'.
'വിവാഹവും കുടുംബവും ഫ്യൂഡലാകയാൽ
ചിലർ കോ-ഹാബിറ്റേഷൻ തുടങ്ങി
കൂട്ടുകാരി കൂടെക്കൂടെ
ഹാബിറ്റാറ്റ് മാറുന്നത് കണ്ട്
ചിലർ സോഷ്യൽ സയൻസിന്റെ
അറ്റകുറ്റപ്പണിക്കിറങ്ങി'
'പൂഴ്ത്തി വെച്ച അരി കൈയ്യേറി
വിതരണം ചെയ്തവർ
അവിടെത്തന്നെ ഇലക്ഷന് തോറ്റു'.

ഇതിൽ പറഞ്ഞിരിക്കുന്ന എല്ലാവരേയും അവർ വിപ്ലവ പ്രവർത്തനാനന്തര കാലത്ത് ഏറ്റെടുത്ത കാര്യങ്ങളാണ് സൂചിപ്പിക്കുന്നത്. ഇതിൽ സ്വന്തം ചുറ്റുപാടും പരിസരവും മനസ്സിലാക്കാതെ പ്രത്യയശാസ്ത്രത്തിനു വേണ്ടി ഇറങ്ങി തിരിച്ചെന്ന് പറയുമ്പോൾ ഹാസ്യം ഇരട്ടിക്കുന്നുണ്ട്. വേശ്യയുടെ അനുഭവം കേട്ടെഴുതി അത് പെൺനീതിയുടെ കണക്കിൽപ്പെടുത്തി വിചാരണ നടത്തുമ്പോൾ വായനക്കാർക്ക് ഊറി ചിരിക്കാതെ വയ്യ. കവിത അവസാനിക്കുന്നതാകട്ടെ:

'അവശേഷിച്ചവർ
പ്രത്യയശാസ്ത്ര ബഹുലതയെക്കുറിച്ച് തർക്കിച്ച്
പുഴയോരങ്ങളിലിരുന്നു
ഫാക്ടറിയുടെ അഴുക്ക് കുഴലുകൾ പോലെ
വായും തുറന്ന്'.

എന്നിങ്ങനെയാണ്. പ്രത്യയശാസ്ത്ര തർക്കം അതിവിപ്ലവകാരികളുടെ സ്ഥിരം രീതിയാണെന്ന് ഹാസ്യാത്മകമായി സൂചിപ്പിച്ച ശേഷം പുഴയിലേക്ക് തുറന്നിരിക്കുന്ന അഴുക്ക് കുഴലുകൾ പോലെ വെറുതെ വായ് പൊളിച്ചിരിക്കുന്ന അവസ്ഥ നമ്മെ ആദ്യം ചിരിപ്പിക്കും, തുടർന്ന് പാരിസ്ഥിതിക നാശനവുമായി ചേർത്ത് ഒരു പ്രസ്ഥാനത്തിന്റെ തകർച്ച നമ്മെ ദുഃഖിപ്പിക്കും. ക്രൂര ഹാസ്യമോ ഇരുണ്ട ഹാസ്യമോ (Black humour) ഇത് ജനിപ്പിക്കുന്നുണ്ട്. ഏതായാലും ഒരു കാലഘട്ടത്തെ ഇത്രമാത്രം ഹാസ്യാത്മകമായി ചിത്രീകരിച്ച കവിതകൾ മലയാളത്തിൽ അപൂർവ്വമാണ്; ഒരു വിപ്ലവ പ്രസ്ഥാനത്തിന്റെ തകർച്ചയെ കാലത്തിന്റെ ഉത്തരം ലഭിക്കാത്ത പ്രശ്നങ്ങളുമായി ചേർത്ത് വെയ്ക്കുന്ന അപൂർവ്വത. സൂക്ഷ്മമായി പരിശോധിച്ചാൽ ഈ വിപ്ലവ പ്രസ്ഥാനത്തിന്റെ തകർച്ചയിൽ ദുഃഖിക്കുന്ന ഒരു കവി മനസ്സിനെയാണ് ഈ കവിതയിൽ കണ്ടെത്താനാവുക. എന്നാൽ 'വള്ളികുന്നത്തെ കമ്യൂണിസ്റ്റുകാർ' എന്ന കവിതയിൽ പ്രത്യയശാസ്ത്രത്തിന്റെ പേരിൽ കമ്യൂണിസ്റ്റ് പാർട്ടി നടത്തിയ അതിക്രമങ്ങളും മറ്റും ദയാരഹിതമായാണ് ആവിഷക്കരിച്ചിരിക്കുന്നതെന്ന് കാണാം.

'പടിക്കലെത്തിയ വിപ്ലവം
ഗാനമായ് നീണ്ടപ്പോൾ
പടി കടന്നുപോയത്
സന്ധ്യാ ലക്ഷ്മീ കീർത്തനം'.
'നമ്മള് കൊയ്തൊരു വയലുകളിൽ
യന്ത്രം കൊയ്തത് കണ്ടല്ലോ!'.
'ഇടവപ്പാതിയുടെ രാത്രികളിൽ
റഷ്യാവയൽകൾ വരളുന്നു
ചിണ്ടനും ചിരുതേയിയും വറചട്ടിയിലെരിയുന്നു'
'വിപ്ലവം മഹാശ്ചര്യം
നമുക്കും കിട്ടണം പണം'.

വിപ്ലവ കവിത/ഗാനങ്ങൾ എന്ന പേരിൽ മുതലാളിത്വ കൂട്ടുകൾ ചേർത്ത തല തിരിഞ്ഞ പ്രത്യയശാസ്ത്രബോധത്തെ പരിഹസി

ക്കുന്നതോടൊപ്പം, റഷ്യയുടെ കാലാവസ്ഥയെ തങ്ങളുടെ കാലാവസ്ഥയായിക്കണ്ട് അതിൽ വേപഥുകൊള്ളുന്ന ഒരു സമൂഹത്തെ വാർത്തെടുത്ത 'രാഷ്ട്രീയത്തിനെതിരെ ആക്ഷേപഹാസ്യത്തിന്റെ ചാട്ടുളികൾ എറിയുകയുമാണ്.

ഈ കവിയുടെ ഒട്ടേറെ കവിതകളിൽ ഗൂഢമായി നർമം കണ്ടെത്താമെങ്കിലും നർമ വഴിയിൽ പൂർണമായി ചലിക്കുന്ന ചില കവിതകളാണ് ഇവിടെ പരാമർശിക്കുന്നത്. 'ചിക്കുൻഗുനിയ കാലത്തെപ്രണയം' എന്ന കവിത ഇതിൽ ഏറെ ശ്രദ്ധേയമാണ്. ചിക്കുൻഗുനിയ യോടൊപ്പം നിരവധി പനികൾ കേരളത്തിൽ നിറയെ പടർന്നപ്പോൾ രോഗാവസ്ഥയുടെ സാമൂഹിക തലം കൂടി ഈ കവിതയിൽ അനാവൃതമാകുന്നു. ജ്വരബാധിതമായ ഒരു സമൂഹം ഭ്രാന്ത് പിടിച്ച പോലെ ചികിത്സാ വിധികൾ മാറി മാറി പരീക്ഷിക്കുന്ന ആഖ്യാനങ്ങൾ കവിതയിൽ അവസാനിക്കുന്നതിങ്ങനെയാണ്:

'പ്രണയവും പ്രണയനഷ്ടവും
പനി ബാധിതമായി
വിടുതി നേടുക എനിക്ക്
സ്വപ്നവുമല്ലാതെയായി
എല്ലാ കരുതലുകൾക്കുമപ്പുറം
നീ എന്നെ തിരയായ്ക പോലെ
എനിക്ക് പനിയേയും ഒഴിവാക്കാനാവുന്നില്ല
പുതിയൊരു ചികിത്സ
ഞാൻ തുടങ്ങുകയാണ്'.

പനി ബാധിതനയായ കവിതയിലെ വക്താവ് തന്നെക്കുറിച്ച് ഒട്ടും അന്വേഷിക്കാൻ മെനക്കെടാത്ത കാമുകിയെ അഭിസംബോധന ചെയ്യും വിധമാണ് കവിതയിലെ ആഖ്യാനം.

പകർച്ചപ്പനിയുടെ വിവിധ രോഗാവസ്ഥയെ പ്രണയനഷ്ടവുമായി ചേർത്ത സവിശേഷതയും. കവിത തുടങ്ങുന്നത് കാണുക:

'പനിക്കിടക്കയിൽ ഞാൻ
കോളറാക്കാലത്തെ പ്രണയം വായിക്കവെ
കണ്ണിൽ ഇരുട്ട് കേറി
നമ്മൾ ലോകപ്രസിദ്ധ
ആരോഗ്യ മാതൃകയായിരിക്കെ
എന്നെ തുടർച്ചയായി കാണാത്തതിൽ
നീ പരിഭവിച്ചേക്കുമോ എന്ന് ഭയന്നു.

പകർച്ചപ്പനി ബാധിച്ച വീട്
പ്രേതഭവനം പോലെ
മറ്റുള്ളവർ ഒഴിവാക്കുകയാൽ
നിന്നോടുള്ള പ്രണയം
പുണർന്ന് കിടക്കാൻ എളുപ്പമായി'.

കേരളം എന്നതൊരു ആരോഗ്യ മാതൃകയാണെന്ന പൊള്ള ത്തരത്തെ ഈ കവിത തുറന്ന് കാട്ടുന്നതോടൊപ്പം വിവിധയിനം പനികളിൽ നിന്ന് തന്റെ പ്രണയിനി രക്ഷ തേടണമെന്ന അഭിവാ ഞ്ഛയും ഈ കവിതയിൽ കാണാം. എന്നാൽ ഒരോ പനി സ്വ ഭാവങ്ങളേയും അസ്കിതകളേയും പ്രണയ ഭാവങ്ങളുടെ രൂപക ങ്ങളായി അവതരിപ്പിച്ചിരിക്കുന്നത് കവിതയുടെ ചാരുത കൂട്ടുന്ന തോടൊപ്പം കാവ്യാത്മകതയെ അരക്കിട്ടുറപ്പിക്കുകയും ചെയ്യുന്നു. കവിത കാവ്യാത്മകമായിരിക്കണമെന്ന് ഏറ്റവും വാശി പുലർത്തു ന്ന കവിയാണ് രാജു വള്ളിക്കുന്നമെന്നതും ഇവിടെ ഓർക്കാം. ഇട യ്ക്ക് പനി സംജാതമാക്കുന്ന ആകുലതയും ഉദ്വിഗ്നതയും വിഷാ ദഗ്രസ്ഥമായ ആകാംഷയും കവിതയിൽ കാണുന്നത് നർമത്തോ ടൊപ്പം പ്രതിവിധിയില്ലാത്ത നിസ്സഹായതയും വെളിവാക്കുന്നു:

'പക്ഷേ, സർക്കാരാശുപത്രിയിലെ ക്യൂവിലും
ഹോമിയോപ്പതി സെന്ററിന്റെ മുന്നിലും
ആയുർവേദ ഷോപ്പിലും
നിന്നെ തിരഞ്ഞ എന്നെ
താങ്ങിപ്പിടിച്ച ഓട്ടോ ഡ്രൈവർ
തല്ലിയില്ലന്ന് മാത്രം.
ഇടയ്ക്ക് സിദ്ധവൈദ്യനോട്
നിന്നെക്കുറിച്ച് പറഞ്ഞപ്പോൾ
ജ്വരബാധിതമായ ഇത്തരം കാംഷകൾ
ഇപ്പോഴത്തെ പനിയുടെ ലക്ഷണങ്ങളിൽ
പ്പെടുമെന്നയാൾ സമാധാനിപ്പിച്ചു.

'നിശാഗന്ധി' എന്ന കവിത പാരിസ്ഥിതിക ജാഗ്രത പുല ർത്തുന്ന കവിതയാകുമ്പോഴും അതിൽ ഒട്ടനവധി നർമോക്തിക ൾ ദർശിക്കാവുന്നതാണ്.

'ഒരു മൂന്നാം ലോക രാജ്യത്തെ
സ്വതന്ത്ര ഗ്രൂപ്പുകൾക്ക്
ധനസഹായം നൽകുന്ന
സ്വതന്ത്ര ഏജൻസി പോലെ

നിന്നോടെനിക്ക് പ്രിയമാണ്.'
'കാസറ്റ് കേട്ട് കവിതാ പുസ്തകം
വാങ്ങിയവനെപ്പോലെ
ജൂഹി ചാവ്‌ല കുളിക്കുന്നത് കണ്ട്
സോപ്പ് വാങ്ങിയവനെപ്പോലെ
ഞാൻ ഇളിഭ്യനാകുന്നു.'

ആഗോളവൽക്കരണ കാലത്ത് എന്തിനും ഏതിനും ആഗോളവൽക്കരണത്തെ പഴിക്കുന്ന അവസ്ഥയെ പരിഹസിക്കുന്ന കവിതയാണ് 'ആഗോളവൽക്കരണത്തിന്റെ ദൂഷ്യങ്ങൾ'.

എല്ലാറ്റിനും ആഗോളവൽക്കരണത്തെ കുറ്റപ്പെടുത്തി, അവസാനം

'വീട്ടിലെത്തി
ടിവി ചാനലിൽ ഒരു സീരിയൽ
കാണാമെന്ന് കരുതി
നായിക തേങ്ങുന്നു,
ആഗോളവൽക്കരണ ക്കാലത്തെങ്കിലും
നമുക്ക് ഒരുമിക്കാമെന്ന് കരുതി.. പക്ഷേ. 'സാധിക്കുന്നില്ലല്ലോ

എന്ന് പറയുന്നിടത്ത് നർമം ഉച്ചസ്ഥായിയിലാകുന്നുണ്ട്.

'ഓഓ' എന്ന കവിതയിൽ മലയാളിയുടെ ഓണാഘോഷത്തെയാണ് പരിഹസിക്കുന്നത്.

'ഓ, പറഞ്ഞു വന്നത് ഓണത്തേക്കുറിച്ചാണ്
തിരുനെൽവേലിയിൽ നിന്ന് ഇല
വിജയവാഡയിൽ നിന്ന് അരി
അമൃതസറിലെ അച്ചാർ
ആനന്ദിലെ തൈര്
ഗോദ്റജിന്റെ അട
മൈസൂറിലെ പപ്പടം
ശിവകാശിയിലെ ഉപ്പേരി
പ്ലാസ്റ്റിക് പൂവിൽ അത്തക്കളം
ടാറ്റാമെനഞ്ഞ ഊഞ്ഞാലിൽ
കാൺപൂരിൽ നെയ്ത കച്ചയുടുത്ത്
മിമിക്സ് പരേഡിലെ മാവേലിയെ
ടിവിയിൽ കൈകൊട്ടിക്കളിച്ചെതിരേറ്റ്
ഓണപ്പാരഡി പാട്ടുംപാടി
ഞാൻ ഓണമുണ്ണുന്നു'.

ഓണം കേരളത്തിന്റെ കാർഷിക സമൃദ്ധിയുടെ ഉത്സവമെന്ന് കൊട്ടിഘോഷിക്കുമ്പോൾ ഓണവുമായി ബന്ധപ്പെട്ടതെല്ലാ ഇനങ്ങൾക്കും മലയാളി അന്യനാടുകളെ ആശ്രയിക്കേണ്ടി വരുന്ന ദുരവസ്ഥ ഒരേ സമയം ചിരിയും ഞെട്ടലുമുളവാക്കുന്നുണ്ട്. കേരളീയതയെ നിർവ്വചിക്കുന്ന സാംസ്ക്കാരികത ഇത്രമാത്രം ജീർണിച്ചതാണന്ന് പറയാൻ കുറച്ച് കാര്യങ്ങൾ അതേപടി നിരത്തുകയാണ് കവിതയിൽ. സമകാലീന കേരളീയ സമൂഹം എത്രമാത്രം പൊള്ളയാണെന്ന് ഈ കവിത വ്യക്തമാക്കുന്നു. ഏറെ ചിരിച്ചു പോകുന്ന അനുവാചകർ അവസാനം ചിരിയേത് കരച്ചിലേതെന്നറിയാതെയാകും. നർമത്തിന്റെ ഉത്ഭവം ദുഃഖമാണെന്ന യുക്തി ഇവിടെ പ്രസക്തമാകുന്നു. 'വരുന്ന ജന്മത്തിൽ പശുവാകാൻ കൊതിക്കുന്ന സുഹൃത്തിന്' എന്ന കവിത ഇത്തരമൊരു ആഗ്രഹം പുലർത്തുന്ന സുഹൃത്തിനെ അഭിസംബോധന ചെയ്യുന്ന രീതിയിലാണ് എഴുതപ്പെട്ടിട്ടുള്ളത്. പശുവിന് സഹജാവബോധമല്ല, മറിച്ച് നിഷ്ക്കളങ്കബുദ്ധിയാണെന്നും അതാണ് തന്റെ ആകർഷമെന്നും സുഹൃത്ത് പറയുന്നുണ്ട്. പക്ഷേ, കവിതയുടെ അടുത്ത ഖണ്ഡത്തിൽ പശുവായി ജനിച്ചാലുള്ള വിഷമതകളും പ്രതിസന്ധികളുമാണുള്ളത്.

'മറിച്ച്
വരുമൊരു ജന്മത്തിൽ
കല്പവൃക്ഷമായ് പിറക്കുകിൽ
ചൊട്ടയിൽ തളിർ വീശിയെത്തുന്നതിൻ മുൻപ്
ഏത് കാർഷിക മുന്നേറ്റ ക്രൗര്യങ്ങൾ
വെട്ടി വീഴ്ത്തുമെന്നതുറപ്പില്ല
നാരകമാകിലോ
നടുകില്ലയാരുമെ
കൂവളമാകിലോ
കെട്ടുപോകാനുമാകാതെ
തത്വശാസ്ത്രങ്ങൾ പോൽ
ചീഞ്ഞഴുകീടിലും
എത്ര നാൾ വീർത്ത്
വിറങ്ങലിച്ചുയിരിട്ട് നിൽക്കണം.

പുതിയ കാലത്ത്, ആധുനിക വാണിജ്യവൽകൃത ലോകത്ത് പശുവിനെപ്പോലെ ജൈവികതയുടെ നിഷ്ക്കളങ്കതയുള്ള ഒരു ജീവിക്ക് അനുഭവിക്കേണ്ടി വരുന്ന ദുരിതങ്ങൾ നിരത്തുന്നതിന് മുൻപ്, മറ്റ് ജന്മങ്ങൾ നേരിടുന്ന പ്രതിസന്ധികൾ കാലിക ദുരവ

സ്ഥയുമായി ചേർത്ത് അവതരിപ്പിക്കുന്നത് രസാവഹമാണ്.

ഇതിൽ തത്വശാസ്ത്രങ്ങൾ എന്നത് പ്രത്യയശാസ്ത്രമെന്ന തലത്തിലാണ് ഉപയോഗിച്ചിരിക്കുന്നത് എന്നത് ആലോചനാമൃതമാണ്. വേദം,വേദഗണിതം, ശ്രുതികൾ, ബ്രാഹ്മണങ്ങൾ, പുരുഷാർത്ഥങ്ങൾ, വ്രതകർമം, പശുപതി, സുനന്ദ എന്നിങ്ങനെ പുരാണങ്ങളിൽ നിന്നും വേദ-ഉപനിഷത്തുകളിൽ നിന്നുമൊക്കെ ഉപാഖ്യാനങ്ങൾ (anecdotes) പ്രയോഗിച്ചിരിക്കുന്നതും നർമോക്തിയിലാണ്. ഇനി പശുജന്മത്തിന്റെ സമകാലിക ദുരന്തങ്ങളെ സുഹൃത്തിനെ ഓർമപ്പെടുത്തുന്നത് ചിരിയോടൊപ്പം ദുഃഖവുമുളവാക്കുന്നുണ്ട്:

'ഇനി വരും ജന്മത്തിൽ
പശുവാകാൻ കരുതവെ
(വേദ മോക്ഷാർത്ഥങ്ങൾ കർമ്മങ്ങളാകിലും)
പരിചിതമല്ലാത്ത ബീജം ചുമക്കണം
പരൽപോലെ മിന്നുന്ന തീറ്റ കഴിക്കണം
യൂറിയ നുണയണം
ചില്ല് കമ്പോളത്തിൽ
കച്ചിത്തുരുമ്പുകളോർത്ത് മണക്കുന്ന
മുറിവുകൾ ഏൽക്കണം
പ്രായമേറവെ,
തോലുരിഞ്ഞിളിക്കുന്ന മാടായി
ഇറച്ചിക്കടകളിൽ തൂങ്ങിക്കിടക്കണം
സഹിയാത്തതൊന്നാണ്
വെച്ചൂർ പശുവായ് പിറക്കുകിൽ
പുല്ലിൽ വിഷം തിന്ന് ചാകണം.'

ഗോപൂജ പോലും പതിവുള്ള നാട്ടിൽ പശുവിനെ ദിവ്യമായി പരിപാലിക്കുമ്പോൾ സമകാലീനമായ ദുരവസ്ഥ പശുജന്മവുമായി ചേർത്ത് ഈ വിധമാണ് കവിതയിൽ അവതരിപ്പിച്ചിരിക്കുന്നത്. ചുരുക്കത്തിൽ പശുജന്മത്തിലൂടെ എല്ലാ ജന്മങ്ങളുടേയും പ്രതിസന്ധികളാണ് പരിഹാസ്യമായി ചേർത്തിരിക്കുന്നത്. ഒട്ടേറെ കവിതകളിൽ ഇത്തരത്തിൽ നർമ സൂചനകൾ കണ്ടെത്താവുന്നതാണ്. 'ഫേസ്ബുക്ക്' എന്ന കവിത ഇന്ത്യയിൽ 1970 കളിൽ ഉണ്ടായിരുന്ന അടിയന്തിരാവസ്ഥയെ പരിഹസിക്കുന്ന ഒന്നാണ്. പക്ഷേ, ഇതിൽ അടിയന്തിരാവസ്ഥയെക്കാളും അതിന്റെ ഫലമോ തിക്തഫലമോ അനുഭവിച്ചരുടെ ഫേസ്ബുക്ക് പോസ്റ്റായാണ് ആഖ്യാ

നം. അടിയന്തിരാവസ്ഥയിൽ പീഡനമനുഭവിച്ചുവെന്ന് പിന്നീട് പറഞ്ഞു നടക്കുന്നവരെ കവിതയിൽ അവതരിപ്പിക്കുന്നത് ഹാസ്യാത്മകമായാണ്:

'എന്താണ് മനസ്സിലുള്ളത് എഴുതാം
കടമ്പകളുടെ മറവിൽ
ഒളിവിൽ പ്രണയിച്ചവരും
യാത്ര ചെയ്തവരും
തെരുവുകളിൽ വെറുതെ നടന്ന്
പ്രതിഷേധത്തെ സ്വയമറിഞ്ഞവരും
കവിത എഴുതിയവരും
കേട്ടവരും
സിനിമയെടുത്തവരും
പ്രതിഷേധിച്ച് സിനിമ കണ്ടവരും
പാട്ടുപാടിയവരും
എന്തൊക്കയോ വിളിച്ചു പറഞ്ഞവരും
വീണ്ടും വീണ്ടും ലോഗ്-ഇൻ ചെയ്തു വരുന്നു

സ്വാതന്ത്ര്യം കുറെയൊക്കെ ഹനിക്കപ്പെട്ടവരുടെ ഫ്രണ്ട് റിക്വസ്റ്റ് കാണാമെന്നും, പ്രതിഷേധത്തിൽ ഞെരി പിരി കൊണ്ടവർ ഉത്തരേന്ത്യയിലും മറ്റും അലഞ്ഞ് തിരിഞ്ഞെന്നും, ഇരുൾ പകർത്തിവെയ്ക്കാമെന്നായാൽ സ്ക്രീൻ തെളിഞ്ഞു വരുന്നില്ലെന്നും മറ്റും പറഞ്ഞ ശേഷം കവിത അവസാനിക്കുന്നിതിങ്ങനെയാണ്:

'ചിലത് തുറന്നെഴുതാമെന്ന് കരുതി
കടമ്പകൾ കൂട്ടിവെച്ച്
നീറിപ്പിടിപ്പിക്കാൻ ശ്രമിക്കവെ
പെട്ടെന്നൊരു മഴ.
കാലാവസ്ഥാ വ്യതിയാനം
ചരിത്രത്തെ എങ്ങനെയാകും
അടയാളപ്പെടുത്തുക
ആരും ഒരുത്തരവും പോസ്റ്റ് ചെയ്യുന്നില്ല
ചോദ്യങ്ങളാകട്ടെ ഡിലീറ്റ് ചെയ്യാനുമാവുന്നില്ല'

ചോദ്യം ചോദിച്ചു കൊണ്ടേയിരിക്കണമെന്ന വിപ്ലവ വായാടിത്തങ്ങളേയും മാധ്യമ പൊങ്ങച്ചങ്ങളേയും കളിയാക്കുന്നതോടൊപ്പം പ്രതികരണങ്ങളും പരിഹാസ്യമാകുന്ന കാലത്തെ നർമത്തിൽ ആവിഷ്ക്കരിക്കുന്നു. ഒരു സ്വാതന്ത്ര്യ സമര പ്രവർത്തകന്റെ മകനായ കവിതന്നെ 'അകലം' എന്ന കവിതയിൽ 'കോമാളി

യാകുന്ന കാലം / ഒരു സ്വാതന്ത്ര്യസമര സേനാനിയേപ്പോലെ കലമ്പുന്നു' എന്നെഴുതിയിരിക്കുന്നത് തന്റെ തന്നെ സ്വയം പരിഹാസത്തിനും ഒന്നിനോടും പ്രത്യേകിച്ച് പ്രതിബദ്ധതയില്ലാതിരിക്കുന്നതിനും ദൃഷ്ടാന്തമാകുന്നുണ്ട്. 'പലതുണ്ട് പറയുവാൻ/ പറയില്ല ചിരി വരും' (പലതുണ്ട് പറയില്ല) എന്ന് ബർനാഡ് ഷായുടെ 'എല്ലാം പറയുന്നത് ഹാസ്യമാണെന്ന വാക്യത്തെ അനുവർത്തിച്ചെഴുതിയിരിക്കുന്നത് തന്നെ കവിയുടെ മികവുറ്റ നർമബോധത്തിന് സാധൂകരണമാണ്.

ഉത്തരാധുനികോത്തര കവിത

മലയാള കവിത ഉത്തരാധുനികത കടന്ന് ഉത്തരാധുനികോത്തരത (post- postmodern) യിലെത്തുന്നതിന്റെ ലക്ഷണങ്ങൾ പ്രകടിപ്പിച്ച് തുടങ്ങിയിട്ടുണ്ട്. സച്ചിദാനന്ദന്റെയും സെബാസ്റ്റ്യന്റെയും കെ. സജീവ് കുമാറിന്റെയും രാജു വള്ളിക്കുന്നത്തിന്റെയും ചില കവിതകൾ ഈ ദിശയിൽ ചൂണ്ടിക്കാട്ടാവുന്നതാണ്. ഇത് ആദ്യമായി സൂചിപ്പിച്ചത് രാജു വള്ളിക്കുന്നം തന്നെയാണ്. ഒരു വർഷം മുൻപ് ഈ ദിശയിലൊരു കവിതാ സമാഹാരം എഡിറ്റ് ചെയ്യുന്നതുമായി ബന്ധപ്പെട്ട് അദ്ദേഹം പ്രസിദ്ധീകരിച്ച കുറിപ്പിൽ ഇക്കാര്യം കൊടുത്തിരുന്നു. മലയാളത്തിൽ ആദ്യമായി ആധുനികോത്തര കവിതകൾ എഡിറ്റ് ചെയ്ത് പ്രസിദ്ധീകരിച്ചത് (1990) അയ്യപ്പപ്പണിക്കരാണ്. എന്നാൽ പിന്നീട് postmodernismത്തിന് ഉത്തരാധുനികത എന്ന പ്രയോഗം തന്നെ നിലവിൽ വന്നു. തുടർന്ന് 2007 ൽ മലയാളത്തിലെ ഉത്തരാധുനിക പ്രവണതകളെക്കുറിച്ച് ഒരു ദീർഘ പഠനം പ്രസിദ്ധീകരിച്ചതും അയ്യപ്പപ്പണിക്കരാണ്. ആധുനിക സംസ്ക്കാരത്തിന്റെ തന്നെ പ്രതിസന്ധിയെ പ്രതിനിധാനം ചെയ്യുന്ന ഉത്തരാധുനികത, കലയിലും സാഹിത്യത്തിലും അനേക മാനങ്ങളുള്ള ജൈവ പരിസരമാണ് ഉന്നയിച്ചത്. അത് ചരിത്രപരമായ ഒരു സവിശേഷ കാലഘട്ടവും അതിന്റെ അനുഭവ ഘടനയുമാണ് പ്രകടമാക്കിയതത്. പക്ഷേ അയ്യപ്പപ്പണിക്കർ പ്രധാനമായും സ്വയം നവീകരിക്കുന്ന ഒരു പ്രവണതയായി നിരീക്ഷിച്ചു. മലയാള കവിതയിൽ അത് പ്രകടവുമായിരുന്നു. രാജു വള്ളിക്കുന്നത്തിന്റെ 'നീല സാരിയുടുത്തവൾ' എന്ന കവിതയെ ഈ വിധത്തിൽ വിശകലനം ചെയ്യുന്ന ഒരു പഠനം ഞാൻ തന്നെ പ്രസിദ്ധീകരിച്ചിരുന്നു.

എന്നാൽ പുതുനൂറ്റാണ്ടിലെ രണ്ടാം ദശകമാകുമ്പോഴേക്ക് കുറെ കവിതകളെങ്കിലും ഉത്തരാധുനികോത്തരമാകുന്നുണ്ട്. അതിൽ രാജു വള്ളിക്കുന്നത്തിന്റെ 'ഞാൻ പഠിച്ച സ്കൂൾ ഇപ്പോഴില്ല' എന്ന കവിത ഇതിന് ഉത്തമ നിദർശനമാണ്. അപ്പോൾ നമു

ക്ക് ആദ്യം പരിശോധിക്കേണ്ടത് കവിതയിൽ ഈ പ്രവണത എങ്ങനെ പ്രതിഫലിക്കുന്നുവെന്നതാണ്. രാജു വള്ളിക്കുന്നത്തിന്റെ കുറിപ്പിൽ നിന്ന് ലഭിക്കുന്ന വിവരങ്ങൾ ഇങ്ങനെ സംക്ഷേപിക്കാം: ഈ മേഖലയിൽ നമുക്ക് ലഭ്യമാകുന്ന പ്രധാന പഠനം പ്രഫ. ജഫ്രി. ടി.നീലന്റെ 'എന്തുകൊണ്ട് ഉത്തരാധുനികോത്തരത' (Why Post-postmodernism) എന്ന ഗ്രന്ഥമാണ്. ഇതിൽ അദ്ദേഹം പ്രധാനമായും ഉന്നയിക്കുന്നത് ഉത്തരാധുനികോത്തരത, വികസിത മുതലാളിത്തത്തിന്റെ ഒരു സാംസ്കാരിക യുക്തിയാണെന്നാണ്. അത് വൈയക്തികതേയും വസ്തുനിഷ്ഠതയേയും ഉല്ലംഘിക്കുന്നു. (Trans Subjectivity/objectivity എന്നാണ് നീലന്റെ പ്രയോഗം). അത് യാഥാർത്ഥ്യം, ആത്മാർത്ഥത ഇവയെ ഒക്കെയും കടന്ന് പോകുന്നു. അമേരിക്കയിലെ ഒരുപറ്റം യുവ കവികൾ, കാവ്യാത്മകമല്ലാത്ത വസ്തുക്കളെ എസ്രാ പൗണ്ട് ആവിഷ്ക്കരിച്ച പോലെ കവിതയിൽ ആവിഷ്കരിക്കാൻ ശ്രമിച്ചത് ഉദാഹരണം. അങ്ങനെ ഇത് ബൃഹധാനുകിതയുടെ (Metamodernism) നിർമിതികളാണോ എന്നു പോലും സംശയമുണ്ടായി. ഇതിൽ സ്ഥലകാലങ്ങൾക്കതീതമായി വസ്തുതകളെ കാണാൻ ശ്രമിക്കുന്നു. ഉത്തരാധുനികത, സൈദ്ധാന്തികതയ്ക്ക് അനുപൂരകമായിരുന്നെങ്കിൽ, ഉത്തരാധുനികോത്തരത അതിനുമപ്പുറത്തേക്ക് കടക്കുന്നു. ഉത്തരാധുനികത വൈരുധ്യങ്ങളേയും വിരുദ്ധ ധ്രുവങ്ങളേയും സമന്വയിപ്പിച്ചിരുന്നെങ്കിൽ ഉത്തരാധുനികോത്തരത ഇവകൾക്കിടയിലും ഇതിനപ്പുറത്തേക്കും നീളുന്നു. ഇതിൽ സൈബർ സാംസ്കാരികതയുടെ പ്രതിരൂപങ്ങൾ ഒട്ടനവധിയുണ്ട്. എന്നാൽ ഉത്തരാധുനികതയിലെ ഏറ്റവും പ്രധാന ഘടകമായ വിഘടനം (fragmentation) ഒരു തരം തീവ്രത (Intensification) യായി ഉത്തരാധുനികോത്തരതയിൽ മാറുന്നു. വിഘടനത്തെ ആധുനികത ഭയപ്പെട്ടപ്പോൾ ഉത്തരാധുനികത അത് ആഘോഷമാക്കുകയായിരുന്നു. തീവ്രതയുടെ വ്യത്യാസങ്ങൾ രൂപാന്തരീകരണ (mutation) ത്തിന് കാരണമാകുന്നു. ചുരുക്കത്തിൽ ഉത്തരാധുനികതയുടെ ഗതിവിഗതികളെ ഇതിൽ മറികടക്കപ്പെടുന്നു. എന്നാൽ ഉത്തരാധുനികതയിൽ നിന്ന് ഇത് ഏറെ മാറി സഞ്ചരിക്കുന്നത് ആവിഷ്ക്കാരാത്മതയിലാണ്. അതായത്, അവതരണാത്മകമല്ലെന്ന് (unpresentable) കരുതിയവ ഉത്തരാധുനികതയിൽ ഉൾക്കൊള്ളാനാകുമായിരുന്നെങ്കിൽ ഉത്തരാധുനികോത്തരതയിൽ അവതരണാത്മകതയിൽ (Presentable) നിന്ന് അവതരിപ്പിക്കാനാവാത്തവ കണ്ടെത്തു

ന്നു എന്ന സവിശേഷതയുണ്ട്. ഇതുവഴി രാജു വള്ളിക്കുന്നത്തിന്റെ സ്കൂൾ കവിതയിലേക്ക് നേരിട്ട് കടക്കാനാവും.

കവിത പ്രത്യക്ഷത്തിൽ കവി പഠിച്ച സ്കൂളിനെക്കുറിച്ചുള്ള അന്വേഷണമാണ്. ഒരു സ്കൂളിന്റെ പ്രത്യക്ഷാവതരണം നടത്തിയ ശേഷം പൊടുന്നനെ സ്കൂൾ കാണാതായതായി പറയുന്നു.

'വെയിലേറ്റും മഴ നനഞ്ഞും
ചിലപ്പോഴൊക്കെ മഞ്ഞ് മൂടിയും
മുറ്റത്തും വളപ്പിലും ഞങ്ങൾ
കലപില കൂട്ടിയും
കുത്തിമറിഞ്ഞും
അതിവിടെ ഉണ്ടായിരുന്നു'.
....
സ്കൂൾ എവിടെപ്പോകാൻ
അവിടെത്തന്നെയുണ്ടാകും
പക്ഷേ സ്കൂൾ മാത്രം കാണുന്നില്ല
തലങ്ങും വിലങ്ങും ഓടിട്ട കെട്ടിടങ്ങൾ
നീണ്ട വരാന്ത
ആകാശം അതുപോലെ തന്നെയുണ്ട്
സ്കൂളിന്റെ നിഴൽച്ചിത്രം പതിഞ്ഞ മണ്ണും
പൊടുന്നനെ സ്കൂൾ മാത്രം ഇല്ലാതായോ

ഡോ. സുരേഷ് നൂറനാട് ഈ കവിതയെക്കുറിച്ചെഴുതിയത് ഇവിടെ പ്രസക്തമാണ്: 'ആഖ്യാനത്തിന്റെ പ്രത്യേകത കൊണ്ട് ശ്രദ്ധിക്കപ്പെടുന്ന കവിതയാണ്. കവി ഗ്രാമ ചിത്രങ്ങൾകൊണ്ട് സമഗ്രമായ ആ ചുറ്റുപാടിൽ അധ്യാപകരേയും കൂട്ടുകാരേയും പരിചയപ്പെടുത്തുമ്പോഴും സ്കൂളുമാത്രം കാണിച്ചുതരാതിരിക്കാൻ ബോധപൂർവ്വം ശ്രമിക്കുന്നു. കവിപ്രതിഭയുടെ വല്ലാത്ത സൗന്ദര്യമുള്ള കവിതയാണിത്.' അതായത്, സ്കൂളിന്റെ പ്രത്യക്ഷദൃശ്യങ്ങളും ഒരു സ്കൂൾ കെട്ടിടം അപ്രത്യക്ഷമാകാവുന്ന സാഹചര്യങ്ങളും (കാരണങ്ങളും) സൂചിപ്പിച്ച ശേഷവും സ്കൂൾ ഇല്ല/കാണ്മാനില്ല എന്ന് പ്രകടമാക്കുകയാണ് കവിതയിൽ. ആ കാരണങ്ങൾ സാധാരണ കാര്യങ്ങളായിത്തന്നെയാണ് കവിതയിൽ വരുന്നത്:

'വിറ്റുപോയതായി ആർക്കും ഓർമയില്ല
ഒരു ബുൾഡോസർ ഇടിച്ചു നിരത്തുന്നതോ
ഒരു ടിപ്പർ കടത്തിക്കൊണ്ടുപോകുന്നതോ
ആരും കണ്ടതായി പറയുന്നില്ല'

തുടർന്ന് അവതരിപ്പിച്ച വസ്തുതകളിൽ നിന്ന് അവതരിപ്പി ക്കാനാവാത്തവ കണ്ടെത്തുന്നു:

'എന്നാൽ എല്ലാവരും ഭയപ്പെടുന്ന പോലെ
സ്കൂളിനെക്കുറിച്ച് തിരക്കുന്നത് തന്നെ
ഭീതിദമായ ഒരുൾക്കാളലാകുന്നു
സ്കൂളിനെക്കുറിച്ച് ഓർമകളുണ്ടെന്ന്
പറയുക പോലുമരുത്
സ്കൂൾ എവിടെയായിരുന്നുവെന്ന് പോലും
ഒരാൾക്കും നിശ്ചയമില്ല.'

ഇവിടെ കാണാതായ സ്കൂൾ, എങ്ങനെയായിരുന്നുവെന്നതി നേക്കാൾ എങ്ങനെയൊക്കെയായിരിക്കാമെന്ന സന്നിഗ്ദതയിൽ ആവിഷ്കരിക്കപ്പെടുന്നു. ആധുനികതയിലും ഉത്തരാധുനികതയി ലും ഏറെ ചർച്ച ചെയ്യപ്പെട്ട അഭാവ (absence) ത്തെക്കുറിച്ചുള്ള നിലപാടുകളല്ല ഉത്തരാധുനികോത്തരതയിൽ പ്രബലമാകുന്നത് മറിച്ച്, എന്താണ് പ്രഭാവം എന്താണ് അഭാവം എന്ന തിരിച്ചറിയാ നാകാത്ത രൂപീകരണങ്ങളാണ്. ഈ കവിതയിൽ സ്കൂൾ എന്ന ഓർമയിൽ നിന്ന്, ഇല്ലാത്ത ഒരു സ്കൂളിനെക്കുറിച്ചുള്ള സങ്കല്പങ്ങ ൾ യഥാതഥമെന്ന് തോന്നും വിധം അവതരിപ്പിച്ചിട്ട് സ്കൂൾ കാ ണാതായതായി അവതരിപ്പിക്കുകയാണ് .അവിടെയും സ്കൂൾ ഇല്ലാതാകുന്നതിനുള്ള കാരണങ്ങൾ യഥാതഥമായാണ് അവത രിപ്പിക്കുന്നത്. ചുരുക്കത്തിൽ ഉത്തരാധുനികോത്തരതയുടെ സവി ശേഷതയായ അവതരിപ്പിക്കപ്പെട്ടതിലെ അവതരിക്കപ്പെടാത്തവ ആവിഷ്ക്കരിക്കുന്നു. എന്നാൽ ഇവിടം കൊണ്ട് കവിത അവസാ നിക്കുന്നില്ല. അത് ഇങ്ങനെയാണ് അവസാനിക്കുന്നത്:

'സ്കൂളിനെക്കുറിച്ച് തിരക്കിയവരെയൊന്നും
പിന്നെയാരും കണ്ടിട്ടുമില്ല
തമോഗർത്തത്തിൽ ഒടുങ്ങുന്ന
നക്ഷത്രങ്ങൾപോലെ
വെളിച്ചം മിന്നുന്ന സ്വപ്നങ്ങൾ കൂടി
സ്കൂളിനെക്കുറിച്ച് ഇല്ലാതായി
സ്കൂൾ എന്നാണുണ്ടായിരുന്നത്
ഇനി ഒരു സ്കൂൾ തന്നെ ഉണ്ടായിരുന്നോ
അവിടെ ഞാൻ തന്നെ പഠിച്ചിരുന്നോ
ഞാൻ തന്നെ ഉണ്ടായിരുന്നോ?'

അതായത് സ്കൂൾ എന്നത് സ്കൂൾ എന്ന പതിവ് സങ്ക

ൽപ്പങ്ങൾക്ക് ഉപരിയായി സകലദർശനങ്ങൾക്കും പ്രത്യയശാസ്ത്രങ്ങൾക്കുമപ്പുറത്തേക്ക് വ്യാപരിക്കുന്നു. അവതരിക്കപ്പെട്ട സ്കൂൾ അല്ല, കവിതയിലെ സ്കൂൾ. എല്ലാ പ്രത്യയശാസ്ത്രങ്ങളേയും ദർശനങ്ങളേയും വിശ്വാസങ്ങളേയും അത് നിരാകരിക്കുന്നു. അതേ സമയം പുതുകാലത്തിന്റെ ഭീതിദമായ അവസ്ഥ സൂചിപ്പിക്കുന്നു. സ്കൂൾ തിരക്കിയിറങ്ങിയവരെ യൊന്നും പിന്നെയാരുംകണ്ടിട്ടില്ല എന്ന് പറയുമ്പോൾ നഷ്ടപ്പെട്ട എല്ലാറ്റിനെയും കുറിച്ചുള്ള ആകുലതകൾക്കെതിരായ താക്കീതാണ്. ഇനി സ്കൂൾ തന്നെ ഉണ്ടായിരുന്നോ എന്ന ചോദ്യം ഈ ധാരണയെ സാധൂകരിക്കുമ്പോൾ, ഞാൻ തന്നെ ഉണ്ടായിരുന്നോ എന്ന ചോദ്യം ഉത്തരാധുനികോത്തരതയുടെ മുഖലക്ഷണമായ അവതരിക്കപ്പെട്ടതിലെ അവതരിക്കപ്പെടാത്തവയുടെ തീവ്രതയിൽ ഊന്നുന്നുവെന്ന് സാരം. കവി രാജു വള്ളിക്കുന്നത്തിന്റെ 'ഞാൻ ഓടുന്നു, നിങ്ങളും' എന്ന പുതിയ കവിതയും ഈ ദിശയിലുള്ളതാണെന്ന് അറിയുക അസ്വഭാവികമല്ല.

ഞാൻ/അവൾ ദ്വന്ദ്വങ്ങളിലെ പ്രകരണവും പ്രതിഫലനവും

രാജു വള്ളിക്കുന്നത്തിന്റെ കവിതകളെക്കുറിച്ചുള്ള ഈ പഠനം പൂർത്തിയാക്കുന്നതിനെക്കുറിച്ച് ഒരു യുവനിരൂപക സുഹൃത്തുമായി സംസാരിക്കുമ്പോൾ അദ്ദേഹം ഈ കവിതകളിലെ ഒരു സവിശേഷ പ്രകരണം എന്റെ ശ്രദ്ധയിൽപ്പെടുത്തി: ഒട്ടുമിക്ക കവിതകളിലും ഞാൻ/അവൾ എന്നീ ദ്വന്ദ്വങ്ങൾ പ്രകരണമായും പ്രതിഫലനമായും കാണാം. 'ഞാൻ' പലപ്പോഴും പ്രതിനിധീകരണവും ആത്മനിഷ്ഠവുമാകുമ്പോൾ 'അവൾ' അനേകം അടരുകളുള്ള പ്രതിഫലനമാണ്. സൂക്ഷ്മമായി പരിശോധിക്കുമ്പോൾ ഇത് വ്യക്തമാകുന്നുണ്ട്. എന്നാൽ 'നിന്റെ രൂപങ്ങൾ എന്റെയും', 'പ്രണയം' തുടങ്ങിയ കവിതകളിൽ ഞാനും അവളും ഒരുമിച്ച് വരുന്നുമുണ്ട്. ഞാൻ മിക്കപ്പോഴും വ്യക്തിവൈശിഷ്ട്യത്തിനിടയിലെ നഷ്ട സ്വത്വം തിരയുന്നതായി കവി സച്ചിദാനന്ദനും വ്യക്തി സ്വത്വത്തെ പുനർനിർണയിക്കുമ്പോൾ അന്യത നിർവ്വചിക്കാനുള്ള ഉപാധിയാണ് അയാളിലേക്കുള്ള മടക്കങ്ങളെന്ന് നിരൂപകൻ ഡോ. പി. എസ്. രാധാകൃഷ്ണനനും വിശേഷിപ്പിച്ചിട്ടുണ്ട്. 'തന്നിലേക്ക് ലോകത്തെ ആവാഹിക്കുകയല്ല, തന്നിലെ തന്മയെ ലോകാന്തരങ്ങളിലേക്ക് വ്യാപിപ്പിക്കുകയാണ് ഈ കവിതകൾ. ആത്മകഥനത്തിന്റെ നോവും നീറ്റലും പരിഭവവും വിഷാദവും അവിടെ സ്വാഭാവികം'. ആത്മബോധത്തിനുള്ള ത്വരയായും വഴി തേടലായും ഇത് വിലയിരുത്തപ്പെടുന്നു. കവിതയിലെ ഞാൻ വക്താവും കാഴ്ചക്കാരനുമാകുന്ന അനുഭവം പ്രദാനം ചെയ്യുന്ന 'വള്ളികുന്നത്ത് വീണ്ടും അഥവ ലോഗ് - ഔട്ട്' എന്ന കവിതയിൽ അസാധാരണത അറിയുവാനുള്ള ലോഗ്-ഔട്ട്, ഫലത്തിൽ സാധാരണതയുടെ അസാധാരണ പരിണിതിയിലേക്ക് ലോഗ് - ഇൻ ചെയ്യലായി ഡോ. പി. എസ് രാധാകൃഷ്ണൻ നിരീക്ഷിക്കുന്നു.

കവിതയിലും കഥയിലും മറ്റും ഞാൻ പ്രയോക്താവോ വക്താ

വോ ആയി വരുന്നതിനെക്കുറിച്ച് നിരവധി അനുമാനങ്ങളുണ്ട്. അതിൽ പ്രധാനമാണ് രചനയുടെ അനുഭവവേദ്യതലം അനുവാചകനുമായി ചേർന്ന് നിൽക്കുമ്പോൾ ഹൃദയദ്രവീകരണം ഇത് സാധ്യമാക്കുന്നുവെന്നത്. ഈ 'ഞാൻ' കവി തന്നെ ആകണമെന്നില്ല, എന്നാൽ ഞാൻ എന്ന് പറയുമ്പോൾ അത് പങ്കുവയ്ക്കലിന്റെ അനുഭവം സൃഷ്ടിക്കുന്നു. ബഷീർ കഥകളിലെ 'ഞാൻ', എഴുത്തുകാരനെ കൂടുതൽ ഏകാന്തനാക്കുന്നതായി നരേന്ദ്ര പ്രസാദ് നിരീക്ഷിച്ചിട്ടുണ്ട്. എന്നാൽ നാനാപക്ഷി സസ്യജന്തു കുലമാണ് ബഷീറിന്റെ 'ഞാൻ'ന്റെ മുഖമുദ്രയെന്നും അത് വിശുദ്ധമെന്നും കെ.ജി. ശങ്കരപ്പിള്ള നിരീക്ഷിച്ചിട്ടുണ്ട്. 'ഞാൻ'ൽ സംക്രമിക്കുന്ന ഈ തലം ചില വള്ളിക്കുന്നം കവിതകളിൽ ദർശിക്കാവുന്നതാണ്.

'ആത്മബോധം ഒരു ഭാഷാ കവിതയിൽ' സ്വത്വവിഭ്രാന്തിയും അവനവനും അപരനുമായുള്ള ബന്ധവിഭ്രാന്തിയും വിഷയമാകുന്നതായി സച്ചിദാനന്ദൻ എഴുതിയിട്ടുണ്ട്.

'ഞാൻ ആരാണെന്നും
എവിടെയാണെന്നും
അറിയായ്ക പോലെ
നീ ആരാണെന്നും
എവിടെയാണെന്നും
അറിയുന്നില്ല.
നമ്മൾ ആരാണെന്ന്
നമുക്കറിയായ്ക പോലെ
എവിടെയാണെന്ന് നിശ്ചയവുമില്ല'

ഞാൻ ആരാണെന്ന അസ്തിത്വ ദർശനത്തിനുമപ്പുറം ആന്തരികമായ ഒരു അന്വേഷണത്തിലേക്ക് കവിതയുടെ അർത്ഥം നീളുന്നു; അർത്ഥത്തിനുമപ്പുറം ജീവിതത്തിന്റെ അർത്ഥാന്തരങ്ങളിലേക്കും കടക്കുന്നു. ആത്മാന്വേഷണത്തിന്റെ ഈ തലം മിക്ക കവിതകളിലും കാണാം. ഈ കവിയുടെ 'ഋതുഭേദങ്ങൾ' എന്ന കാമ്പസ് സ്മരണയുടെ ദീർഘകാവ്യത്തിൽ 'കാമ്പസിൽ മഴ പെയ്തു കൊണ്ടേയിരുന്നു / ഞാൻ എന്നെ തിരഞ്ഞു കൊണ്ടും' എന്ന് എഴുതിയിട്ടുണ്ട്. 'കാമ്പസ് പ്രണയികൾ ഫ്ലാറ്റിൽ സന്ധിക്കുന്നു', 'അഞ്ചു വർഷത്തിന്റെ നൊമ്പരങ്ങൾ' എന്നീ കവിതകളിലും ഞാൻ, അവൾ ദ്വന്ദ്വം ഒരുമിച്ച് വരുന്നുണ്ട്. 'വരില്ല, നീയെന്നറിയുമ്പോഴും' എന്ന കവിതയിൽ

'വരില്ല നീയെന്നറിയുമ്പോഴും
ഈ മരമായ്
നിനക്കൊരു നിഴലായ്

ഞാൻ കാത്തു നിൽക്കുന്നു' എന്ന് സ്വയമേവ അഭാവമാകുന്ന 'ഞാൻ' കടന്നു വരുന്നു. 'ഇടപ്പള്ളിയാണ് ഞാൻ' എന്ന കവിതയിലാകട്ടെ തന്റെ സ്വത്വത്തെ മരണപ്പെട്ട കവിയുടെ സ്വത്വത്തിലേക്ക് സംക്രമിപ്പിക്കുകയാണ്. 'കേബിൾക്കിനാവിൽ', എനിക്ക് സ്വപ്നം കാണാൻ കേബിൾത്തുമ്പ് മതി (മുരിങ്ങച്ചുവട് വേണ്ടത്രെ!) എന്നെഴുതിക്കൊണ്ട് പുതിയ കാലത്തിന്റെ ഉദാസീനതയും ഭാരക്കുറവും കവിതയിലെത്തിക്കുന്നു. തിരുവിഴയുടെ നാഗസ്വരവാദനം ആത്മ നൈവേദ്യ വാദനമായി അനുഭവിക്കുന്നയാൾ

'ആരോരുമില്ല ഞാൻ ഏക സത് സാരത്തിൻ

നാനാർത്ഥമെല്ലാമെൻ അന്തരാളങ്ങളിൽ' ആവാഹിക്കുകയാണ് (നാദതനുമനിശം). 'ഞാൻ എന്ന അനുഭവത്തിൽ ഏകസത്താത്മകതയുടെ വേദാന്ത ചിന്ത കൂടി സംക്രമിപ്പിക്കുന്നു. സംഗീതാനുഭവത്തിലെ ഏകാന്ത തലം ഈ കവിതയെ കൂടുതൽ ഇമ്പവും ഗരിമയുമുള്ളതാക്കുന്നു. ഇത്തരത്തിൽ ഞാൻ അനേകം അടരുകളും അർത്ഥാന്തരങ്ങളുമുള്ള ഒരു സംജ്ഞയായാണ് വള്ളിക്കുന്നം കവിതകളിൽ വരുന്നത്.

ഇതിൽ നിന്നെല്ലാം വ്യത്യസ്ത അനുഭവം പ്രദാനം ചെയ്യുന്ന കവിതയാണ് 'നടത്തം'. ഞാൻ കവിസ്വത്വമായിത്തന്നെയാണ് ഈ കവിതയിൽ ആവിഷ്ക്കരിച്ചിരിക്കുന്നത്. എന്നാൽ ഞാൻ സാമൂഹികവും സാംസ്ക്കാരികവും ദേശീയവുമായ അർത്ഥപരിസരത്തിലാണ് കവിതയിൽ ഉത്ഭൂതമാകുന്നത്. ഒരു വ്യക്തിയുടെ ക്രമാനുഗതമായ വളർച്ചയിൽ നിന്ന് ഒരു ദേശത്തിന്റെ വളർച്ചയിലേക്ക് കവിത സംക്രമിക്കുന്നു. പക്ഷേ പരിപ്രേക്ഷ്യങ്ങൾക്കുമപ്പുറം 'ഞാൻ എൻ വഴികൾ നടത്തവും മറന്നോ' എന്ന സന്നിദ്ധതയിൽ കവിത അവസാനിക്കുമ്പോൾ കവിതയിലെ ഞാൻ ദേശസ്വത്വം ആർജ്ജിക്കുന്നതിന്റെ സൂചനകൾ കവിതയിൽ നേരിട്ട് കാണാം.

'ജയിച്ച യുദ്ധങ്ങളെ ചൂഴ്ന്ന പാപങ്ങൾ
തിരസ്കരിച്ചൊടുക്കം മഹായാത്ര നടത്തം
ബുദ്ധജ്ഞാനം നികുതി ലംഘന ദണ്ഡി
നടത്തം'

നടത്തം ആത്മ പ്രകർഷമാണെന്ന് പറഞ്ഞു തുടങ്ങുന്ന കവിതയിൽ തുടർന്ന് അത് പ്രതിബോധ ചലനവും പ്രതിരോധപ്പൊരു

ളും അവയുടെ തന്നെ ചിഹ്നവുമർത്ഥ ങ്ങളുമാണെന്ന് പറയുന്നുണ്ട്. എന്നാൽ നടത്തം ജ്ഞാനോദയത്തിനുള്ള അന്വേഷണമായും കവിതയിൽ വരുന്നുണ്ട്. അപ്പോൾ ഞാൻ എന്ന അന്വേഷണത്തിന്റെ ദാർശനിക പാതയിലൂടെയാണ് നടത്തം പുരോഗമിക്കുന്നതെന്ന് വ്യക്തമാകുന്നുണ്ട്. കാലം നടന്ന് പകർന്നതാണ് ദർശനമെന്നും, ആദിദർശനം പോലും ആദിച്ചുവടും ചലനവുമാണെന്നും പറയുന്നു. ഈ കവിയിൽ ഒരു ദാർശനികനുണ്ടെന്ന സച്ചിദാനന്ദന്റെ നിരീക്ഷണത്തിന് ഉത്തമ നിദർശനമായി ഈ കവിത മാറുന്നുവെന്ന് സാരം. അതേ സമയം 'അയ്യപ്പപ്പണിക്കരും ഞാനും' എന്ന കവിതയിൽ ഞാൻ പൂർണമായും കാവ്യ വ്യക്തിത്വമാണ് സ്വീകരിച്ചിരിക്കുന്നത്. അതുപോലെ വൈലോപ്പിള്ളിക്കവിതയിലെ 'ഞാൻ ഇന്നിവിടെ പാടും പോലെ' എന്ന വരി ഉദ്ധരിച്ചെഴുതിയ കവിതയിൽ, 'ഞാൻ', പാടുക എന്നതിന്റെ സാംസ്ക്കാരികാർത്ഥങ്ങളും പ്രവൃത്തി (cultural action) യുമാണ് പ്രതിഫലിപ്പിക്കുന്നത്. ഞാൻ 'രാജു' എന്ന നാമമായി 'ശലഭം പറഞ്ഞത്' എന്ന കവിതയിൽ വരുമ്പോൾ ഏത് ഹീനകൃത്യവും കൊലപാതകവും നടത്താൻ മടിയില്ലാത്ത ഗുണ്ടയുടെ നേർരൂപമായി 'ഞാൻ' ഫോട്ടോയ്ക്ക് പോസ് ചെയ്തിട്ട് സ്റ്റുഡിയോ വിട്ടിറങ്ങുന്ന പോലെ എന്ന കവിതയിൽ വരുന്നുണ്ട്. അത് പക്ഷേ ഇത്തരം അക്രമങ്ങൾ നമ്മുടെ സമൂഹത്തിൽ വർദ്ധിച്ച് വരുന്ന തലം നേരിട്ട് അനുഭവിപ്പിക്കാനുള്ള കാവ്യതന്ത്രമാണ് താനും.

'അവൾ' പക്ഷേ ഈ കവിതകളിൽ വിവിധ തലങ്ങളിലുള്ള പ്രതിഫലനമായാണ് കാണുന്നത്. നഷ്ടപ്പെട്ടതോ മറന്നതോ,വീണ്ടെടുക്കാനുള്ളതോ, ഒരേ കാലത്തിലും ദേശത്തിലും പങ്കുവെയ്ക്കുന്നതോ ആയി അവൾ വിവിധ രൂപത്തിലും ഭാവത്തിലും ആശയക്രമത്തിലും കാണപ്പെടുന്നു. അവളെ തേടിയിറങ്ങുന്നതും നിരാശതയോടെ മടങ്ങുന്നതും ചില കവിതകളിലുണ്ട്. കൃത്യമായും ഉത്തരാധുനിക കവിതയായ 'നീലസാരിയുടുത്തവളിൽ' അവൾ ആരെന്ന അന്വേഷണത്തിന് യാതൊരു പ്രസക്തിയും ഇല്ലെന്ന് വരുന്നു. എന്നാൽ 'കണ്ണിമകളുടെ പ്രമദ ചരിത'ത്തിൽ അവളെ തേടിയിറങ്ങുന്ന വക്താവാണ് കവിതയിൽ:

ഇനി ഉത്തരം പറയുവാനില്ലാത്ത
ചോദ്യങ്ങളില്ലാത്ത
ഒരു രാത്രിയിൽ
ഞാൻ അവളെത്തേടിയിറങ്ങി.

മരങ്ങൾ നിശബ്ദമായ ഈ രാത്രിയിൽ
കൺപോളകളിൽ ചരിത്രം ഇറക്കി വെച്ച
ദുഃഖസ്മൃതികളുടെ ഭാരത്തിൽ
വെറും സ്വകാര്യതയിൽ
അവൾ നിശബ്ദയാണ്.

നിശബ്ദത പ്രമേയമാകുന്ന ഈ കവിതയിൽ , നിശബ്ദത സംജാതമാക്കാനായി നിരവധി രൂപകങ്ങൾ ഉപയോഗിക്കുന്നുണ്ട്. അതിന് അനുപേഷണീയമായ വിധത്തിൽ ഏറെ ചോദ്യങ്ങൾ ഈ കവിതയിൽ അവൾ ചോദിക്കുന്നുമുണ്ട്. ഇലപ്പടർപ്പുകളിലെ തളിർക്കൂട്ടിൽ ശൈശവം നൊട്ടിനുണഞ്ഞ് കിടക്കാൻ മോഹിക്കുന്നത്ര നിശബ്ദതയിൽ അവൾ ഒരു സഹയാത്രികയാണ്. അവളും അവളുടെ ചോദ്യങ്ങളും ചേർന്ന ഒരു നിശബ്ദത സൃഷ്ടിക്കുന്ന അപൂർവ്വ ചാരുത ഈ കവിതയ്ക്കുണ്ട്. നിശബ്ദത കവിതയിൽ ആവിഷ്കരിക്കുക അത്ര എളുപ്പമല്ലാതിരിക്കെ പ്രത്യേകിച്ചും. മൃത്യുവെന്ന യാഥാർത്ഥ്യത്തെ സ്വപ്ന ബിംബങ്ങളിലൂടെയും വിഭ്രമാത്മക രൂപകങ്ങളിലൂടെയും ആവിഷ്ക്കരിക്കുന്ന 'മൃതിതാളങ്ങൾ' എന്ന കവിതയിൽ അവൾ വിട്ടുപോവുകയും കൂടെച്ചേരുകയും ചെയ്യുന്നുണ്ട്. മൃതസമാനമായ അവസ്ഥയിൽ അവളുടെ സാന്നിധ്യത്തിന് കാവ്യഘടനയിൽ ഏറെ പ്രാധാന്യമുണ്ട്.

'കൂടണയുന്ന കിളി പോലെ
ഞാൻ ആശുപത്രിക്കിടക്കയിൽ
കമഴ്ന്ന് കിടക്കുന്നു
നൊട്ടിനുണയുന്ന വിരലിന്
കിളിർത്ത ഉഴുന്ന് തളിരിന്റെ ഗന്ധം
പിന്നെ, ഒടിഞ്ഞു വീണ മാങ്കൊമ്പിൽ
ഇയറ്റുന്ന കറയുടെ ഉപ്പ് രസം
പ്രണയിനിയുടെ മന്ദഹാസം
അവളുടെ തേങ്ങലുകൾ
പിന്നെയൊരു വിസ്മൃതിയിൽ
അവളെന്നെ വിട്ടുപോകുന്നു
സ്മൃതിയുടെ കയങ്ങളിലൊരാമ്പൽപ്പൂവായി
വിടർന്ന് നിൽക്കുന്നു
തടവറയുടെ മരവിപ്പിൽ
അവളെന്നെ പുണരുന്നു
സാഗരങ്ങളുടെ നീലിമയിൽ

അവൾ തീരമെത്താതെ നീന്തുന്നു.'

അവൾ പ്രണയിനിയാണെന്ന് സൂചിപ്പിച്ച് കൊണ്ട് തന്നെ ജനിമൃതികൾക്കിടയിൽ ഒരു പാലം പോലെ വർത്തിക്കുന്നു.

'ഉള്ളിയും ചില വ്യാകരണപ്രശ്നങ്ങളു' മെന്ന കവിതയിൽ പ്രണയത്തിന്റെ അനുഭവത്തെ ഏത് നിലയിലും വ്യാഖ്യാനിക്കാവുന്ന ഒന്നായി അവളുമായി ചേർത്ത് അവതരിപ്പിക്കുന്നു. ഇല്ലായ്മയെ പൊതിഞ്ഞുള്ളുണ്ടാകലാണ് ഉള്ളി എന്ന് പറയുമ്പോൾ ഉള്ള് പൊള്ളയായ ഒരവസ്ഥയോ സവിശേഷതയോയാണ് കവിതയുടെ പ്രമേയമെന്ന് അനുമാനിക്കാം എന്നാൽ അവസാന ഖണ്ഡത്തിൽ കവിത പൂർണമായും അതിന്റെ പ്രമേയ സവിശേഷത വെളിവാക്കുന്നു:

Allium Cepum എന്നവൾ
പറഞ്ഞു പഠിച്ചപ്പോൾ
ഉള്ളിക്ക് മണ്ണിൽ വേരിറങ്ങുന്നത്
കാണുകയായിരുന്നു ഞാൻ.
അവൾ മൗനം പൊളിച്ചു തുടങ്ങിയപ്പോൾ
ഞാൻ ഉള്ളിന്റെ നഗ്നത കാണുകയായിരുന്നു
അവൾക്ക് കണ്ണ് നിറയുകയും.

ഇവിടെ നായിക മൗനം വെടിഞ്ഞു തുടങ്ങുമ്പോൾ ഉള്ള് തുറന്ന് കാണുന്നതായി പറയുന്നുണ്ട്. എന്നാൽ തുടർന്ന് അവൾക്ക് കണ്ണ് നിറഞ്ഞുവെന്ന് പറയുന്നത് ഉള്ളി പൊളിക്കലുമായി ചേർന്ന ഒന്നാണെങ്കിലും പ്രണയ കാര്യത്തിൽ അവളുടെ കണ്ണ് നിറയണമെങ്കിൽ ഒന്നുകിൽ സന്തോഷമോ അല്ലെങ്കിൽ ദുഃഖമോ ഉണ്ടാകണം. എന്നാൽ ഉൺമയ്ക്കും നിശൂന്യതയ്ക്കും ചേരുന്ന ഒരു വൈരുധ്യാത്മക താഴികക്കുടമാണ് ഉള്ളിയെന്ന് നേരത്തെ കവിതയിൽ സൂചിപ്പിച്ചതുമായി ചേർത്ത് വായിക്കുമ്പോൾ ഉള്ളം തുറന്നതും കണ്ണ് നിറയുന്നതും വിരുദ്ധ മാനങ്ങളുള്ളതായി വരുന്നു. വക്താവിന്റെ ഉള്ള് തുറന്ന് നേര് കണ്ടപ്പോൾ അവൾക്ക് കണ്ണ് നിറഞ്ഞുവോ അതോ അവളുടെ ഉള്ളം തുറന്ന് അയാൾ കാണുമ്പോഴും അവൾക്ക് കണ്ണ് നിറഞ്ഞുവോ? ഇത്തരമൊരു സന്നിഗ്ദാവസ്ഥയിൽ കവിത അവസാനിക്കുമ്പോൾ ഉള്ള് പൊള്ളയായ കാലത്തിന്റെ പ്രകടന പരതയാണ് കവിതയിലെന്ന് വ്യക്തമാകുന്നു; ഉള്ളി അതിനൊരു നിമിത്തം മാത്രവും. ചങ്ങമ്പുഴയുടെ 'രമണനിലെ' ചന്ദ്രികയെ നേരിട്ട് സംബോധന ചെയ്യുന്ന 'എങ്കിലും ചന്ദ്രികേ' എന്ന കവിതയിൽ ചന്ദ്രികയെ രമണന് നഷ്ടമായ അവസ്ഥയിൽ നിന്ന്

ചന്ദ്രിക തന്നെ ഇല്ലായിരുന്ന അവസ്ഥയുമായി ഒരു തരം hide and seek രീതിയാണ് അവലംബിച്ചിരിക്കുന്നത്. കവിത അവസാനിക്കുന്നതിങ്ങനെയാണ്:

നീയില്ലാതിരുന്നെങ്കിൽ
എന്നു ഞാൻ ഓർക്കെ, വീണ്ടും
നീ തന്നെ ഇരുളിന്റെ
കൂർത്ത നഖരങ്ങൾ താഴ്ത്തി
പിന്നെയും ആത്മാവിന്റെ
മുറിവ് തുരക്കുമ്പോൾ
നീ പിന്നെ ഒരിക്കലും കാണപ്പെടായ്കെന്നാട്ടി
ദൂരത്ത് കളയിലും തിരികെ തിരക്കിട്ട്
കടലോരത്തെ പൂഴിയിൽ പദം വെച്ച്
വയൽതീരത്തെ പൂവാംകുരുന്നിൻ മറ പറ്റി
തെരുവോരത്തെ വെറും കൂട്ടത്തിൽ വഴിതെറ്റി
പകലിൻ നിഴൽ വഴി മറന്നും
തീഷ്ണമദന ഗന്ധത്തിൽ
പിന്നെയും മുക്കിക്കൊന്നും.

ചന്ദ്രിക ഒരു കഥാപാത്രത്തിനുപരിയായി വികാരപ്രതിരൂപമായി മാറുന്നു. രമണൻ എന്ന കാവ്യത്തെ താൻ കണ്ടെത്തിയ നിരൂപണ പ്രത്യയമായ വികാരപ്രതിരൂപങ്ങൾ (Emotional Paradigm) ഉപയോഗിച്ച് രാജുവള്ളിക്കുന്നം തന്നെ ഒരു പഠനമെഴുതിയിട്ടുണ്ട് (രമണൻ വീണ്ടും വായിക്കുമ്പോൾ: വിജ്ഞാനകൈരളി /ചങ്ങമ്പുഴ ജന്മശതാബ്ദി പതിപ്പ്). ചന്ദ്രികയെ വികാരപ്രതിരൂപമായി ഇതിൽ പ്രതിപാദിച്ചിട്ടുണ്ട്. ചുരുക്കത്തിൽ ഈ കവിയുടെ മിക്ക കവിതകളിലും കാണുന്ന 'അവൾ' ജീവിതം, വികാരം, അനുഭൂതി, പ്രണയിനി, യാഥാർത്ഥ്യം, ചിന്താപദ്ധതി, സാമൂഹികത, ചരിത്രം, കാലം, ദേശം തുടങ്ങി ഒട്ടേറെ വസ്തുതകളുടെ പ്രതിഫലനമാണെന്ന് വിലയിരുത്താവുന്നതാണ്.